Thanh Tịnh Liên

Những Liên Hệ Đến Cái Chết Cần Biết Rõ

Thiền Viện Sùng Nghiêm

Những Liên Hệ Đến Cái Chết Cần Biết Rõ

Bài Viết: Thanh Tịnh Liên
Tranh và Bìa: Khánh Trường
Đánh Máy: Trịnh Gia Mỹ Toàn Diệu
Sửa Bản Thảo và Thiết Kế Bản In: Toàn Viên
Phụ Bản: Nhiếp Ảnh Gia Phí Văn Trung
Ấn Hành: Thiền Viện Sùng Nghiêm
In Tại: Printing Technic, California, USA

NHỮNG LIÊN HỆ
ĐẾN CÁI CHẾT
CẦN BIẾT RÕ

Sách Đã In:

Thiền Thơ Không Tên
Cùng Vầng Trăng Soi
Như Lai Tạng
Những Liên Hệ Đến Cái Chết Cần Biết Rõ
Tại Sao Không Mở Mắt Vãng Sinh Khi Đang Hiện Sống?
Đóng Cửa Sáu Nẻo Luân Hồi
Tiếng Chuông Ngân (Kinh) I & II

Sách Sẽ In:

Cùng Nén Tâm Hương (Kỷ Yếu)
Nghe Chăng Ai?

Mục Lục

Thay Lời Tựa

Mọi đề tài đều được chứng minh qua các kinh sách sau đây của Phật, của Tổ, đồng thời tác giả cũng cố gắng tối đa khai triển, và diễn Chân Nghĩa của những kinh sách liên hệ tới các bài viết, trong khả năng còn hạn hẹp và non nớt; Nên rất cần sự chỉ giáo của các bậc tiền bối, thiện tri thức và độc giả. Kính xin quí Ngài từ bi hướng dẫn cho.

1. Bát Nhã Tâm Kinh
2. Kim Cang Kinh
3. Pháp Hoa Kinh
4. Lăng Nghiêm Kinh
5. Pháp Bảo Đàn Kinh
6. Duy Ma Cật Kinh
7. Bửu Tạng Luận
8. Thiền Thất Khai Thị Lục
9. The Three Pillars of Zen
10. Duy Lực Ngữ Lục
11. Sách của các Luận Sư: Thế Hữu, Thiết Ma Đạt Sư và Pháp Cửu

Thắp nén Tâm Hương, Thiền Viện Sùng Nghiêm Chúng con nguyện giải Như Lai Chân Thật Nghĩa.

Xin tri ân và kính dâng lên Chư Phật Tổ, Chư Bồ Tát, Chư Hiền Thánh Tăng …

Xin tri ân và kính dâng lên quí Ân Sư:
Thiền Sư Philip Kapleau
Thiền Sư Bodhin Kjolhede
Thiền Sư Thích Duy Lực
Cùng quí Thiện Tri Thức, quí Thầy, quí Cô từ vô thủy đến nay.

Xin tri ân và kính dâng lên Ông Bà, Cha Mẹ, Cửu Huyền Thất Tổ từ vô thủy đến nay.

Xin tri ân và kính dâng lên tất cả mọi người thân yêu, Vợ Chồng, Chồng Vợ, Người Thương, các Con Cháu, các Nô Bộc, các Quí Vị đã giúp đỡ trong mọi hoàn cảnh, mọi môi trường từ vô thủy đến nay.

Xin tri ân và kính dâng lên đôi giòng họ Nội, Ngoại, Anh Chị, Em, Chú, Bác, Cô, Dì từ vô thủy đến nay.

Xin tri ân và kính dâng lên tất cả quí vị Ân Nhân, quí vị Oán Thù và toàn thể các Bạn Bè Đạo và Đời từ vô thủy đến nay.

Xin tri ân và kính dâng lên Muôn Loài, Muôn Vật, Hữu Tình, Vô Tình, Hữu Hình, Vô Hình toàn Thế Giới, Đại Vũ Trụ từ vô thủy đến nay.

Xin tri ân và kính dâng lên toàn thể quí Anh Hùng, Liệt Sĩ, quí Anh Thư, quí vị Chiến Sĩ Trận Vong (hữu danh và vô danh), quí Oan Hồn, quí vị Quá Vãng vô thừa nhận! Tất cả đều không phân biệt tôn giáo, chủng tộc, nòi giống… từ vô thủy đến nay.

Xin tri ân và kính dâng lên toàn thể quí vị Hộ Pháp Đạo, Đời hiện hữu, đã và đang đóng góp công lao vô bờ từ thô tới tế, từ vật chất đến tinh thần, để hoàn hảo mỹ mãn về mọi mặt cho Thiền Viện như các vị sau đây:

Quí vị chủ nhiệm, chủ bút, ký giả, báo chí, truyền thanh, truyền hình.

Quí vị nghệ sĩ: nhạc sĩ, thi sĩ, văn sĩ, họa sĩ, điêu khắc gia, ca sĩ, nghệ sĩ ngâm thơ, xướng ngôn viên.

Quí vị nhiếp ảnh gia, đạo diễn, chuyên viên quay phim.

Quí vị chuyên viên về máy móc, và các hệ thống âm thanh, internet, thu thanh, phát thanh, làm CD, DVD cho các chương trình trên hai làn sóng radio, và thu hình cho mọi chương trình trên TV.

Quí vị thiết kế, xây cất, trang trí nghệ thuật trong, ngoài.

Quí vị trong ban điều hành.

Quí vị trong ban ẩm thực.

Quí vị trong ban vệ sinh.

Quí vị trong ban copy, ấn loát, đánh computer,
và in kinh sách.

Quí vị trong ban thông dịch.

Quí vị trong ban dịch thuật.

Quí vị trong ban tri khách.

Quí vị trong ban giảng huấn, quí thầy, quí cô.

Quí vị trong ban y tế: bác sĩ, nha sĩ, dược sĩ, y tá.

Quí vị trong ban luật pháp: luật sư, cố vấn luật pháp.

Quí vị trong ban thuế vụ.

Quí vị trong ban giao thông, chuyên chở.

Quí vị trong ban địa ốc.

Quí vị phụ trách trong ban linh tinh.

Quí vị hộ pháp cho chương trình phát thanh của ThiềnViện.

Quí vị hộ pháp về tịnh tài, về mọi vật dụng hàng ngày.

Quý vị hộ pháp về tịnh tài để in những quyển Kinh và sách này…

Chúng con cũng không quên tri ân và kính dâng lên các vị Hữu Hình/Vô Hình, Hữu Tình/Vô Tình đến dự thính, đến thăm viếng hay đến tu học, v.v…

Nguyện toàn thể Chúng Sinh đều nỗ lực, tinh tấn tu hành để vượt thoát phiền não, sinh tử và thể hiện Cực Lạc Quốc ngay chính Thân Tâm, đời sống hàng ngày của chúng ta.

*

Chết Đi Về Đâu?

Một đề tài vô cùng trọng đại và chẳng ai là không thắc mắc: "Chết đi về đâu? Chết còn hay mất?"

Có một vài giả thuyết:

Người thì cho rằng chết là hết, kẻ lại nghĩ rằng chết vẫn còn. Người không chấp nhận thế giới vô hình, kẻ lại chấp nhận là có cả thế giới vô hình lẫn hữu hình.

Nếu quả thật chết là hết thì thế gian này biết bao người muốn chết vì sống quá khổ: lạnh cũng khổ, nóng cũng khổ, đói cũng khổ, khát cũng khổ, sinh cũng khổ, già cũng khổ, bệnh tật cũng khổ, tham cũng khổ, ái cũng khổ, nghèo cũng khổ, giàu cũng vẫn khổ, có danh cũng khổ, không danh cũng khổ, giỏi cũng khổ, dốt cũng khổ, cái gì cũng khổ cả!

Nếu chúng ta chịu suy tư một chút, thì sẽ nhận rõ cuộc đời này, gần như toàn phiền não, khổ đau… mà vui và hạnh phúc thì rất ít. Đây không phải là quan niệm yếm thế, mà chỉ là sự thật cho những ai đã nhàm chán trò đời sinh tử vô minh.

Những người chấp chết là hết, dĩ nhiên không tin là có thế giới vô hình mà chỉ chấp có thế giới hữu hình nên: chấp thường, chấp đoạn, chấp còn, chấp mất! nhưng sự thật thì nó lại không giản dị như thế. Có thật chết là hết không? Theo thuyết luân hồi nhà Phật thì khi Chết không mang theo được gì mà chỉ mang theo một cái nghiệp lực, để đi vào lục đạo, tùy theo nghiệp riêng của từng người.

Đã nói đến giáo lý nhà Phật thì không thể nào không nói đến Luân Hồi, Lục Đạo, và Tam Giới.

Luân Hồi là luân chuyển mãi, hết sinh lại tử, không có hạn định trong Lục Đạo và Tam Giới.

Tam Giới là Dục Giới, Sắc Giới, và Vô Sắc Giới.

Lục Đạo là Trời, Người, A Tu La, Ngã Quỉ, Súc Sinh, Địa Ngục.

Vậy thì: "**Chết đi về đâu?**" Tùy vào nghiệp của từng người mà đi vào sáu nẻo này.

Với người sâu sắc có những ưu tư, khắc khoải về cuộc đời, thường nghiên cứu về Phật Pháp thì chấp nhận sáu nẻo là sự thật.

Nếu quả như vậy, thì chúng ta nên kiểm điểm chính mình cũng sẽ tạm biết sau khi chết đi về đâu? Vì chỉ cần căn cứ vào sự tu hành, đạo đức hay không đạo đức của chính mình là biết ngay mình sẽ đi về đâu. Cũng như thế, ta căn cứ vào đức hạnh hay không đức hạnh, và sự tu hành của người, thì chúng ta cũng sẽ nhìn thấy mọi người đi về đâu sau khi chết.

Vậy là đã tạm biết sau khi chết đi về đâu rồi? Xin nhắc lại, thường thì sau khi chết chúng ta đi vào một trong sáu nẻo ấy! tuy nhiên, nếu chịu tu hành nghiêm chỉnh theo đúng đường lối chính pháp của Đức Phật, qua tám mươi bốn ngàn Pháp Môn, thì tùy căn cơ và trình độ hiểu biết của mỗi người, mà tự chọn cho mình một đường lối thích hợp nhất: để tu, để học, để hiểu, và quan trọng nhất là khi đã hiểu thì phải thực hành. Được như thế thì chúng ta có thể vượt ra khỏi vòng luân hồi, sinh tử, tức là thoát khỏi lục đạo. Vì có tu là có sửa; có sửa là có chuyển. Mà chuyển cái gì? Xin thưa: chuyển số mạng, tai họa, nhân quả, và giải thoát nghiệp lực của chính mình để ra ngoài bánh xe luân hồi đang xoay vần trong lục đạo.

Nói đến giải thoát nghiệp lực, thì không thể nào không nói đến thế giới hữu hình và vô hình. Hữu hình thì có hình tướng nên ai cũng nhìn thấy, còn vô hình không có hình tướng nên không thể nhìn thấy bằng mắt. Nhưng nghiệp lực thì lại vô hình tướng! cái vô hình tướng này phản ảnh ngược lại lý thuyết của một số người chấp thường, chấp đoạn, chấp chết là hết.

Nếu đã chấp chết là hết, thì dĩ nhiên họ không chấp nhận có thế giới vô hình. Vậy xin hỏi rằng: "*Nếu không có thế giới vô hình, thì tại sao từ ngàn xưa đã có sự thờ cúng Ông Bà, Tổ Tiên, thờ cúng các vị Thần Linh, thờ Trời, thờ Phật? Cụ thể nhất là tuy nền khoa học văn minh hiện tại ngày càng tiến triển, nhưng các tôn giáo vẫn cứ tồn tại! mà lại còn phát triển mạnh mẽ hơn bao giờ hết, ngay cả các nước Âu Châu, Mỹ Châu, có nghĩa là cùng khắp thế giới...*".

Nói sơ về cái nghiệp lực vô hình tướng

Nghiệp lực cứ âm thầm dẫn dắt chúng ta trôi lăn trong lục đạo. Mất thân này lại quay về đầu thai thân xác khác, cứ luẩn quẩn, loanh quanh không bao giờ chấm dứt được. Chỉ vì chưa hiểu rõ về Chân Lý Tuyệt Đối, nên chúng ta cứ chấp chặt vào muôn hình vạn trạng của thế giới này là thật! rồi bám víu vào tên tuổi, thân tâm của mình, của người, của vật nên trong ngoài chướng ngại thì lý sự chẳng thông. Khi lý, vật chẳng thông thì vọng niệm hỗn độn, thi nhau sinh khởi để tạo tác mọi hành động thiện ác, gây nhân quả nghiệp báo và lưu chuyển luân hồi... Do đó Chân Như tịch chiếu bị chìm sâu trong vọng tưởng, sống/chết mãi.

Nếu chúng ta không chịu hiểu, không chịu tu hành, thì không có cách gì thoát ra khỏi cái vòng luẩn quẩn ấy! muốn vượt thoát ra ngoài sinh tử như các bậc Bồ Tát, chư Phật chư Tổ, thì dĩ nhiên phải đi đúng đường lối như các Ngài là tu sao để Giác Ngộ. Mà Giác Ngộ là gì? **Là hiểu và trực nhận ra Bản Thể của chính mình**; khi đã hiểu thì sẽ hành. Hiểu-hành không rời nhau, nếu đã hiểu-hành thật rốt ráo thì đương nhiên sẽ biết rõ "chết đi về đâu" của chính mình, của mọi người, và ngay cả của các Đấng Giác Ngộ.

Vì là đề tài quan trọng và khá phức tạp, nên trước khi bàn luận về cái "Chết đi về đâu?" của các Đấng Giác Ngộ, thì đây chúng ta hãy ôn sơ từ đầu, và đi vào chi tiết hơn cho đầy đủ toàn bộ. Xin nhắc lại về cái "chết đi về đâu" của chính chúng ta trước đã, rồi sẽ luận bàn về cái "chết đi về đâu" của các Đấng Giác Ngộ sau.

Tùy theo sự mê hay ngộ, để chúng ta tự xét mình và tự hỏi sáu nẻo luân hồi ấy ở đâu? Mắt chúng ta có thể nhìn thấy không, và làm sao để chứng minh được rõ ràng?

Xin thưa rằng:

Khi có tu hành mà chưa tu đúng mức, thì ai cũng sẽ phải đi về một trong sáu nẻo như đã nói ở trên là Trời, Người, A-Tu-La, Ngã Quỉ, Súc Sinh, Địa Ngục.

Khi không chịu tu hành, hoặc tu sai thì cũng đương nhiên là đi ngay vào sáu nẻo sau khi chết vì: tập khí, thói quen cứ làm những điều dữ, để kết thành nghiệp dữ, rồi tự nghiệp cảm, do những tội đã gây ra ấy mà tự có nghiệp chiêu cảm trong sáu nẻo của chính mình, chứ không do ai tạo ra sáu nẻo ấy cả.

Khi mê thì một cái Tâm mà chúng ta tự chia thành sáu gọi là mắt, tai, mũi, lưỡi, thân, ý; vì vậy mới có *sáu nẻo luân hồi!*

Khi ngộ thì lại chẳng có một mà cũng chẳng có sáu, qua Bát Nhã Tâm Kinh:

"**Sắc** bất dị **Không**, **Không** bất dị **Sắc**
Sắc tức thị **Không**, **Không** tức thị **Sắc**"

Có nghĩa là:

"**Sắc** chẳng khác **Không**, **Không** chẳng khác **Sắc**
Sắc chính là **Không**, **Không** chính là **Sắc**"

Qua Lăng Nghiêm Kinh:

"Tính là Tướng, Tướng cũng là Tính"

Căn cứ theo những câu kinh ấy, thì phải chăng sáu nẻo cũng vẫn ở đây, ngay trước mắt, và *ngay Thân Tâm* của chúng ta? Dù mê hay ngộ nhưng tâm chúng ta vẫn cứ bao trùm cả thế giới vô hình lẫn hữu hình.

Thế giới vô hình:
chỉ có **"Một"**, vì không có hình tướng.

Thế giới hữu hình:
thì có **muôn hình vạn trạng** hình tướng.

Nhưng thế giới hữu hình, vô hình lại *không rời nhau* qua Bát Nhã Tâm Kinh và Lăng Nghiêm Kinh.

Thế Giới Hữu Hình

Vẫn theo Chân Lý Bát Nhã và Lăng Nghiêm ở trên, chúng ta có thể nhìn thấy tất cả thế giới hữu hình một cách dễ dàng qua vũ trụ, vạn vật, và con người ngay đây, thì sáu nẻo luân hồi cũng ngay đây.

Kìa, trên muôn vạn nẻo đường, mười phương thế giới, toàn vũ trụ, chỗ nào mà chẳng có Trời, chỗ nào mà chẳng có Người, chỗ nào mà chẳng có Súc Sinh, có Địa Ngục? Có Ma, có Quỉ… có đầy đủ Tứ Sinh (Thai Sinh, Noãn Sinh, Hóa Sinh, Thấp Sinh) với rất nhiều bào thai khác nhau, lối sinh sản khác nhau, đang chờ đợi chúng ta sau khi chết: Với muôn vàn hình tướng, bộ mặt khác nhau, trình độ hiểu biết khác nhau, phong tục tập quán khác nhau, tiếng nói khác nhau, xấu đẹp, sang hèn khác nhau …

Như vậy là khi còn mê, chúng ta sẽ đi thọ thai sau khi chết vào những nẻo ấy! tùy theo cái nghiệp nhân đã gieo trong đời hiện tại, rồi cũng chính cái nhân này sẽ: hội đủ nhân duyên, để nghiệp lực của chính mình sẽ đưa dẫn đi thọ cái nghiệp quả tương ứng với nghiệp nhân đã gieo trồng như những trường hợp sau đây:

1. Trường hợp đi thọ thai rất nhanh và giản dị

Cho những ai đã tạo cái nhân cực thiện hay cực ác, thì tự động người ấy sẽ đi thọ thai ngay lập tức cùng với cái giây phút mới tắt thở.

Nếu là cực thiện nghiệp, thì tự động người ấy sẽ đi lên ngay sau khi chết vào một trong ba nẻo:

Trời, Người, A Tu La

Nếu là cực ác nghiệp, thì tự động người ấy đi xuống ngay sau khi chết vào một trong ba nẻo:

Ngã Quỉ, Súc Sinh, Địa Ngục

2. Thân Trung Ấm

Rất hiếm người có Thân Trung Ấm, vì Thân Trung Ấm là cái Thân thiện, ác bất phân (nửa thiện, nửa ác tức là 50 % thiện và 50% ác) nên chỉ những ai đã tạo thiện, ác bằng nhau mới có Thân Trung Ấm.

Nhưng để chắc chắn và không thiệt thòi cho những ai bị nằm trong trường hợp đó, và cả những ai có đầy đủ Thiện duyên, được Thiện trí thức khai thị thì phần thiện được tăng: nhiều hay ít là do trình độ và sự thanh tịnh của vị Thiện trí thức, cũng như căn cơ và trình độ của người quá vãng. Do lẽ đó mới có những buổi cầu siêu bảy tuần. Trong vòng bốn mươi chín ngày này, họ sẽ đi thọ thai bất cứ lúc nào, tùy theo: cái phúc, cái duyên, cái nhân quả, cái nghiệp riêng, nghiệp chung… cùng sự thông minh, hiểu biết riêng rất liên hệ đến sự tăng lên hay giảm xuống của thiện hay ác để họ đi thọ thai.

Người nhẹ nghiệp là người tốt: có tu hành, có phúc thì thế nào cũng có nhân duyên tương ứng với nghiệp nhân và nghiệp quả của người ấy, để rồi sẽ gặp được thiện tri thức cũng tương ứng như vậy đến để khai thị cho họ. Khi hiểu được lời khai thị thì ngay lúc đó, thiện nghiệp tự động tăng lên và cùng lúc ấy họ được đi thọ thai liền vào những nơi tốt lành hơn, cao hơn.

Người nặng nghiệp hơn, vì lúc sinh thời ít chịu tu hành, hoặc tu sai nên: nhân duyên chỉ gặp người khai thị tương ứng với cái nhân xấu do người ấy đã gieo trồng khi sống! do đó thiện nghiệp đã không tăng, mà trái lại còn bị ác nghiệp tăng… bởi nghe theo sự dẫn dắt sai đường của người khai thị! hoặc lúc bấy giờ gặp những trái duyên, do ai đó làm cho hoang mang, thì cái ác nghiệp cũng bị tăng thêm, và cùng lúc ấy người đó sẽ tự động phải đi thọ báo trong những nẻo ác.

3. Trường hợp hơi phức tạp

Những ai ở trường hợp thiện trên mức trung bình
(51%, 55%, 62% v.v…)

Nếu phần thiện khá cao, là tự động đã có sự định đoạt theo nhân quả, nghiệp báo, để đi thọ thai vào chỗ tốt. Nhưng vì họ chưa hiểu Phật Pháp rốt ráo nên chấp vào: thân mạng, tên tuổi, tiền tài, danh vọng, gia đình… rồi bám víu, tiếc nuối! lại thêm người thân khóc lóc, thương xót, níu kéo, làm cho người chết hoang mang, không đi siêu thoát dù có thiện tri thức khai thị.

Nếu tâm thức người quá cố tỉnh táo, bình thản, lại được gia đình hỗ trợ, được thiện tri thức khai thị, hướng dẫn thì thiện nghiệp cũng sẽ thay đổi tốt hơn, để đi ngay vào những chỗ cao hơn.

Những ai ở trường hợp thiện dưới mức trung bình *(49%, 42%, 38%, v.v...)*

Nếu là phần thiện thấp thì cũng đã có sự định đoạt theo nghiệp, để đi thọ thai vào chỗ xấu! nhưng sẽ còn xấu hơn, khi người đó đang tiếc thân mạng, gia đình v.v... lại thêm người thân khóc than, thương tiếc!

Nếu tâm thức người chết bình tĩnh, không mê man, được gia đình trợ duyên, lại có thiện tri thức khai thị, dẫn dắt thì thiện nghiệp tự động tăng và sẽ đi ngay vào chỗ tốt hơn.

Những ai ở vào trường hợp ác trên trung bình hay dưới trung bình

Thì đại khái cũng như những trường hợp với mức thiện trên trung bình, hay mức thiện dưới trung bình vừa được mô tả ở trên, thì với ác cũng y như vậy, tùy theo:

- Ác nhiều, ác ít
- Ác trên trung bình
- Ác dưới trung bình

Tất cả đều đã có sự an bài về nghiệp báo, nhân quả của ác nghiệp! tuy nhiên còn tùy theo cái thiện duyên, ác duyên của người chết (như đã kể trên) để rồi: phần thiện tăng thì ác giảm, phần ác tăng thì thiện giảm. Phần nào nhiều hơn, mạnh hơn sẽ trợ nghiệp lực để đưa họ đi thọ thai vào chỗ tương ứng với cái tốt hay xấu.

4. Còn trường hợp nữa

Những ai chết trong hoàn cảnh, môi trường không có nhân duyên gì với thiện tri thức như: những vị không tin bất cứ Đạo Giáo gì; những vị chết vô thừa nhận, hoặc những vị chết nơi chốn hẻo lánh xa xôi... Nếu không có Thân Trung Ấm, thì thiện nghiệp và ác nghiệp của họ cũng theo như những trường hợp kể trên. Còn nếu có Thân Trung Ấm thì họ cũng phải chờ trong khoảng bảy tuần lễ (trong vòng bốn mươi chín ngày) do: một nhân duyên nào đó, hoàn cảnh nào đó, dù thiện tri thức hay bất thiện tri thức nào đó, là bất cứ ai... hợp với nghiệp nhân, nghiệp quả, nghiệp thiện, nghiệp ác của họ! để khiến có một câu nói hoặc làm một cái gì vu vơ, cho dù cố ý hay không cố ý, cũng sẽ có ảnh hưởng cho thiện nghiệp, hoặc ác nghiệp của họ tăng lên hay giảm xuống… là tùy theo cái nào tăng nhiều sẽ trợ duyên mạnh cho cái ấy để mà đi thọ thai.

Bởi thế lúc sống nên tu hành để hiểu rõ về Phật Pháp. Vì sẽ tùy tầm mức hiểu biết cỡ nào, thì sự tỉnh thức sẽ tương ứng cỡ đó, để không đi vào hôn mê! và dĩ nhiên không hoang mang khi chết. Đồng thời cũng yên tâm, vì đã tạm hiểu sau khi chết mình sẽ đi về đâu và ở đâu, đó là Tự Độ.

Còn cần Tha Độ, thì người chết cũng nên hiểu thấu đáo cho phần mình, là: không chấp thật, không bám víu vào bất cứ cái gì! chỉ nghe theo những lời khai thị, dẫn dắt nếu thật chân chính, trực chỉ của thiện tri thức, mà đi thọ thai cho mau để tránh mọi bất trắc!

Chú ý:
Tự Độ và Tha Độ ở đây là trong nghĩa hạn hẹp của Tương Đối; còn Tự Độ và Tha Độ của các Đấng Giác Ngộ thì Tuyệt Đối

Chúng ta đã có khái niệm, đã hiểu sau khi chết đi về đâu và ở đâu rồi. Bây giờ sẽ đi vào thế giới của tất cả những ai tu hành rốt ráo, hay là của những Đấng Giác Ngộ, và ngay cả của chúng ta nữa sau khi đã Giác Ngộ.

Đối với người đời, chỉ quen nhìn bằng con mắt hình tướng qua muôn loài, muôn vật có hình tướng, nên cái nhìn hơi nông cạn. Nay muốn biết sự Chết Đi Về Đâu của các đấng Giác Ngộ thì chúng ta phải tập nhìn sâu sắc hơn, bằng con mắt Bát Nhã, là con mắt thông suốt cả *thế giới hữu hình* lẫn *thế giới vô hình*.

Sau đây, xin mời tất cả quý độc giả cùng đi sâu vào thế giới vô hình.

Thế Giới Vô Hình

Là thế giới vô cùng *vi diệu, nhiệm mầu*, giản dị nhưng rất khó hiểu.

Xin nhấn mạnh và nhắc lại một lần nữa qua Bát Nhã Tâm Kinh. Đức Phật dạy rất thâm sâu, nên chúng ta cũng phải hiểu và nhìn bằng con mắt thâm sâu của Bát Nhã là không hiểu một chiều.

"**Sắc** bất dị **Không**, **Không** bất dị **Sắc**
Sắc tức thị **Không**, **Không** tức thị **Sắc**"

Có nghĩa là:

"**Sắc** chẳng khác **Không**, **Không** chẳng khác **Sắc**
Sắc chính là **Không**, **Không** chính là **Sắc**"

Vậy **Không** và **Sắc** là **một,** và **Không** ở đây không phải là vô ký không; mà **Không** ở đây là *Tính Không*, là *Chân Không*, là *Pháp Tính.*

Khi đã hiểu được về ***Sắc, Không*** một cách khá rốt ráo, thì chúng ta đã có câu trả lời về sáu nẻo luân hồi ở đâu? Cực Lạc ở đâu? Và cũng đã rõ sau khi chết đi về đâu của chúng ta, của các vị tu sĩ, của những ai tu hành một cách nghiêm chỉnh, rốt ráo và ngay cả của các Đấng Giác Ngộ.

Phải chăng là sau khi chết, mà ngay cả lúc đang sống, các vị Giác Ngộ này ở khắp Pháp Giới, cùng tận mười phương. Họ là: muôn loài, muôn vật hữu tình, vô tình, hữu hình, vô hình, sơn hà đại địa, núi sông, cây cỏ, cả người, cả vật… chẳng trong Tam Giới, chẳng ngoài Tam Giới, chẳng theo sinh tử, chẳng trụ Niết Bàn.

Một là tất cả, tất cả là Một, đồng đều một Bản Thể, *Chân như diệu tính* không thể nghĩ bàn!

Vẫn theo Bát Nhã Tâm Kinh, để kết luận ngắn gọn hơn cho đề tài Chết Đi Về Đâu này ; nếu thật sự cứ phải xác định rõ về sự sống và sự chết, qua các danh từ, lời nói thì cũng xin tạm diễn tả:

Sự sống và sự chết luôn luôn tiếp diễn không ngừng nghỉ! cái chết này có thể nói là một sự tiếp nối của cái sống. *Sức sống trường tồn* đây được chuyển đổi: từ một hình dạng này sang một hình dạng khác, trong một trạng thái khác, một môi trường khác, một cuộc sống mới khác... Sức sống trường tồn thì vẫn thế! nhưng nó biến hóa khôn lường tùy theo *y báo*, *chính báo* của chúng sinh mà có những hình dạng khác nhau. Nhưng dù hiện tượng ra sao, hình dạng thế nào cũng không thể ra ngoài cái:

**"Hình Tướng mà là Vô Tướng,
Vô Tướng mà là HìnhTướng"**

Nói một cách khác, thì cái đang sống là thể hiện cái đang chết, và cái đang chết là thể hiện cái đang sống. Sống chết bình đẳng (bất sinh, bất diệt) siêu việt sống/chết, siêu việt sinh/tử, vì vậy Đức Phật mới nói: "***Sinh Tử là Chân Lý bất biến***".

Thí dụ: Cuộc đời của một cây nến: Sống chết đồng thời, đồng lúc, sống chết bình đẳng, nên chẳng sinh cũng chẳng diệt! sống chết chính là *Pháp Tính* (cái ra ngoài, cái vượt sống chết), *Pháp Giới Tính* là như thế đó, nên trong Bát Nhã Tâm Kinh:

"Thị Chư Pháp Không Tướng, Bất Sinh, Bất Diệt"

Tức là:

"Tất cả các Pháp trên thế gian này đều Không Tướng, chẳng sinh cũng chẳng diệt"

Với câu Kinh Bát Nhã ở trên, chúng ta không thể chỉ hiểu một chiều là chỉ có các pháp không có hình tướng mới bất sinh, bất diệt, mà nên lưu ý thêm một điểm vô cùng quan trọng nữa là:

vẫn trong Bát Nhã Tâm Kinh còn hai câu kinh nữa thường được nhắc đi, nhắc lại nhiều lần:

"**Sắc** bất dị **Không**, **Không** bất dị **Sắc**
Sắc tức thị **Không**, **Không** tức thị **Sắc**"

Có nghĩa là:

"Sắc /Không chỉ là Một, hữu hình/vô hình chẳng phải là hai"

Có hiểu như thế, mới là hiểu trọn vẹn về Bát Nhã Tâm Kinh cũng là hiểu về Chân Lý của Pháp Giới Tính. Nhân đó chúng ta mới thấu rõ:

"Sống Chết chẳng phải hai, Sinh Tử chỉ là một"

Và cũng là đã rõ được cái *bất sinh, bất diệt* là gì để chẳng còn bị rơi vào tình trạng:

"Hữu trí vô thân hay *hữu thân vô trí!"*

*

Sao Vĩnh Biệt?

Không sinh cũng không diệt
Khóc chi? THIỀN sẽ biết
Chưa hề đến, không đi
Vẫn đây, sao vĩnh biệt?

Cành Hoa Vẫn Đấy

Dịu mát chan hòa, vi diệu thay!
Cành hoa vẫn đấy, ngay trên tay
Muôn mầu sắc, và không mầu sắc
Cha chẳng đi đâu, Cha vẫn đây

Mẹ chẳng đi đâu, mẹ vẫn đây
Ngay trên ngực áo, cài hoa ấy
Hoa nào, mầu nào mà chẳng vậy
Hóa hiện, nhiệm mầu ai có hay?

Khai Thị Trước Đám Tang

Chúng ta hiện đang sống trong thế giới Nhị Biên Tương Đối thì đương nhiên là phải chịu ảnh hưởng rất mãnh liệt của thế giới nhị biên ấy! cho nên mọi ý niệm, mọi hành động đều là nhị biên: thật/giả, đúng/sai, giỏi/dốt, đẹp/xấu, sống/chết. Bởi lý do Tương Đối mà hầu hết chúng ta, ai cũng trân quí cái thân hữu tướng này, vì chấp nó là có thật (nó là mình thật)! và bởi chấp hữu tướng là có thật, là mình như thế nên mới muốn cái thân này được trường tồn; do đó mà rất sợ cái vô tướng (là cái linh hồn), vì chúng ta nghĩ rằng khi trở thành vô tướng là đã mất, là đã chết thật rồi.

Có biết đâu rằng khi chúng ta ***chấp có tướng*** (hữu tướng), thì đó chỉ là "hữu thân vô trí" tức có thân mà không có trí.

Người hiểu Đạo hơn một chút, thì lại coi thường, coi rẻ cái thân hữu tướng này! và coi thường, coi khinh cả cõi sa bà đang hiện hữu, là nơi chúng ta đang sống; bảo nó là thân uế trược, là cõi ô nhiễm, không thanh tịnh! nên khi chết là muốn về chỗ vô tướng ngay, vì đấy mới là Thiên Đường, mới là Cực Lạc. Có biết đâu rằng khi chúng ta ***chấp không có tướng*** (vô tướng), thì đó cũng chỉ là "hữu trí vô thân" tức có trí mà không có thân.

Cho nên cả hai cái "hữu trí vô thân" hay "hữu thân vô trí" đều không rốt ráo! vì cả hai vẫn là Nhị Biên Tương Đối: có/không, phải/trái, sang/hèn, yêu/ghét, sinh/tử ...

Đức Phật dạy: "Phải vượt được *Nhị Biên Tương Đối* thì mới ra ngoài Sinh Tử", nghĩa là chúng ta không thể nào chấp muôn hiện tượng, tức muôn cảnh vật ở thế gian là thật hay là giả, vì chúng đều là hóa hiện.

Do đó mà cốt tủy **Bát Nhã** đã chỉ thẳng *(trực chỉ Chân Tâm):*

Sắc bất dị Không, Không bất dị Sắc
Sắc tức thị Không, Không tức thị Sắc
(Sắc chẳng khác Không, Không chẳng khác Sắc
Sắc chính là Không, Không chính là Sắc)

Vậy: **Sắc** và **Không** là một.

Lăng Nghiêm Kinh: cũng chỉ thẳng *(trực chỉ Chân Tâm)*

Tính là Tướng, Tướng cũng là Tính

Vậy: ***Tính Tướng*** không phải là hai,
Thì: ***Thân Tâm*** chỉ là một.

Pháp Hoa Kinh: đồng nghĩa y như vậy *(trực chỉ Chân Tâm)*

Cảnh vốn tự Không, đâu cần hoại Tướng
(Muôn cảnh muôn vật tự chúng đã là Không, chẳng phải chờ chúng diệt, tức là chết đi rồi mới là Không).

Vì vậy, Đức Phật mới nói:

"Phật Pháp không rời Thế Gian Pháp"

Do lẽ đó mà mất thân này là tự động phải có ngay thân khác dù tin hay không tin, muốn hay không muốn.

Kinh nói:

"Muôn loài muôn vật đều có cùng Một Vầng Trăng Trí Tuệ (tức Phật Tính). Vầng Trăng này lúc nào nó cũng vẫn đó: khi chúng ta chết, nó không hề biến mất; và khi chúng ta được tái sinh ra, nó cũng không phải tái tạo. Vì nó bất biến thường hằng" và không rời vũ trụ vạn vật này.

Với lý đó, chúng ta luôn luôn phải có cả Thân lẫn Trí, tức "hữu thân hữu trí" mới là viên mãn. Muốn viên mãn như thế, phải làm thân con người. Ngoài ra bất cứ làm thân gì cũng đều vô dụng cả! vì không có khả năng hiểu được Chân Lý giải thoát sinh tử. Nói cách khác, "Chỉ có loài người mới có đầy đủ Sáu Căn để có khả năng tu thành Phật".

Sự hóa hiện và biến/hiện chính là Pháp Giới Tính luôn trùng trùng duyên khởi không bao giờ ngừng! nên Đức Phật mới dạy rằng:

"Sinh Tử là chân lý bất biến"

Có một Thiền Sư nói rằng: "Hàng trăm người **chết** đi đưa đám tang một người **sống**". Tại sao ngài nói thế? Chỉ vì chúng ta chấp thật là người đang nằm yên nghỉ rất tự tại kia *đã "chết"* rồi.

*

Đám Ma

Buồn thảm ngậm ngùi trong đám ma
Vợ chồng, con cháu, mẹ hay cha
Chị em, bạn hữu, ai nằm đấy?
Quyến thuộc gần xa hay chính ta?

Không biết đường về khó vượt qua
Chẳng tu cho đúng, ma không xa!
Lăng xăng phí phạm năm, ngày, tháng
Sống ngộp vô minh, há khác ma?

Chính pháp tu theo ma ngán a!
Tu sao cho nhận ra thật TA
Giác ngộ, ma, người siêu việt hết
Phật, ma chỉ khác trong sát na.

Những Ai Có Thân Trung Ấm Sau Khi Chết?

Thân Trung Ấm là giai đoạn chờ đợi chuyển tiếp của Thần Thức (Tâm thức) từ Thân này qua một Thân khác. Nói rõ hơn là sự chờ đợi chuyển Tâm Thức của Thân hiện tại mới chết, qua một Thân vị lai là Thân tái sinh.

Có rất nhiều giả thuyết về Thân Trung Ấm:

Giáo phái này không tin là có Thân Trung Ấm, mà tin rằng chết nơi này là sẽ tức khắc thọ sinh ngay nơi khác. Giáo phái nọ lại cho là Thân Trung Ấm không phải chỉ giới hạn trong vòng bốn mươi chín ngày, mà là thời gian vô hạn định.

Theo:

Luận sư Thế Hữu thì Thân Trung Ấm chỉ tồn tại một tuần, nó chết đi chết lại hàng tuần.

Luận sư Thiết Ma Đạt Sư thì Thân Trung Ấm tồn tại bốn mươi chín ngày.

Luận sư Pháp Cửu thì Thân Trung Ấm tồn tại không hạn chế thời gian.

Cho nên chúng ta đừng chấp về Thân Trung Ấm là thật có, hay là thật không, nhưng hầu hết với những ai chấp chước thì xin thưa rằng:

Những vị đã Giác Ngộ, những vị thiện nhân cực thiện, những vị ác nhân cực ác, và những vị ở cõi Vô Sắc Giới thì không có Thân Trung Ấm. Còn hầu hết chúng ta đều rơi vào tình trạng phức tạp là: với những thiện, ác ở mức độ trên hoặc dưới trung bình (trung bình là 50% thiện, 50% ác) thì cũng đã đâu vào đó, là đã có sự an bài sẵn sàng để đi thọ sinh ngay, nghĩa là những người ở trường hợp này không có Thân Trung Ấm. Nhưng còn do nghiệp quả tốt, xấu của đời hiện hữu, mà có đủ duyên lành hay duyên dữ, khiến có sự khai thị của Minh Sư tương ứng với nghiệp quả để được thiện nghiệp tăng thêm, hay bị ác nghiệp tăng thêm cho việc đi thọ sinh.

Với những người có thiện/ác bất phân là thiện/ác bằng nhau thì có Thân Trung Ấm (tức là có 50% thiện và 50% ác). Sở dĩ có Thân Trung Ấm là tại vì chúng ta đều ở trong thế giới tương đối, với sự chấp chước tột độ! cho nên dù chúng ta là ai? Thế giới vô hình, thế giới hữu hình, là cái thân vô tướng hay là cái thân hữu tướng và bất cứ tôn giáo nào? Tin hay không tin, thì cái quá trình tái sinh vẫn cứ âm thầm tồn tại, tiếp diễn mãi mãi, nếu không nhận được những lời khai thị rốt ráo, cùng những biện pháp để chấm dứt nó!

Vậy: Cái gì là Thân Trung Ấm?

Xin đi từ tổng quát đến chi tiết: Thân Trung Ấm, có nhiều tên gọi tùy từng trình độ và tôn giáo, chúng ta gọi là:

Cái linh hồn
Cái thần thức
Cái tâm thức
Cái hương linh
Cái tính linh
Cái giác linh
Cái thân trung ấm

Cái thân hương ấm
Cái thân trung hữu

Thật ra dù gọi tên là gì, thì nó cũng vẫn là cái Tâm Thức, tức cái Thức Số Tám của chúng ta, là cái quán xuyến tất cả các sự: thấy, nghe, hay biết, tư tưởng, cảm thọ, và mọi hành động từ thô tới vi tế nhất, từ bao đời quá khứ, hiện tại và còn tiếp diễn mãi ở đời vị lai. Chúng ta cần phải tu hành theo Chính Pháp để chấm dứt bằng cách chuyển hóa nó, nghĩa là làm sao cho Tâm Thức ấy được chuyển thành Tâm Trí Bát Nhã mới xong.

Xin đi vào chi tiết, sâu sắc và rõ ràng hơn của Thân Trung Ấm. Qua Lăng Nghiêm Kinh, Đức Phật dạy về Tâm Thức, tức Thức Số Tám, là cái sức sống của con người.

Tâm thức này rất nhỏ nhiệm, nó chính là "**Tịnh Sắc Căn**", tức cái tinh túy nhất của Thất Đại và của các Căn. Tịnh Sắc Căn này tạm cho là phi vật chất nhưng chưa tuyệt đối! vì nó còn một chút xíu vật chất; dù là phần vật chất ấy rất nhỏ, nhuyễn như tơ trời, tựa như hư không, mà hư không thì cũng vẫn còn là vật chất! sự tái sinh, tồn tại của nó cứ tiếp diễn không ngưng nghỉ... Khi đi đầu thai thì nó vào trước và khi chết thì nó ra sau cùng.

Sở dĩ có cái Thân gần như phi vật chất, rất vi tế này là vì: tự dưng không nguyên nhân, không lý do gì cả, tự chúng ta khởi lên cái Giác (là Kiến, Văn, Giác, Tri tức là cái Thấy, cái Nghe, cái Hay Biết) còn vô tư, đó chính là cái Vọng Giác còn gọi là Vọng Tâm. Rồi từ cái Vọng Giác, Vọng Tâm ấy lại khởi lên một niệm nữa, tức Nhất Niệm Vô Minh, là cái Niệm Nhị Biên Phân Biệt Đối Đãi! nó chính là cái Niệm Giác và Bất Giác của vọng tưởng đã tạo, nên luôn chấp thật, chấp giả, chấp biết, chấp không biết. Vọng Niệm Bất Giác này thì không còn vô tư nữa mà chỉ toàn là sự điên đảo! nên nó được gọi là Vọng Niệm Vô Minh, chính là cái Vọng Tâm Thức Nhị Biên đầy phiền não và phức tạp đã kể trên, với rất nhiều tên khác nhau để gọi và để hiểu qua nhiều trình độ, căn cơ khác nhau

Cái tạm gọi là Tâm Thức phi vật chất này, tự nó chiêu cảm thiện/ác và nghiệp quả. Nó chính là nguồn gốc tạo nên Thân Tâm thiện/ác, Thế Giới, Vũ Trụ Vạn Vật, tức Cõi Sa Bà! còn gọi là Cõi Dục Giới, cũng là Cõi Nhị Biên Tương Đối của sinh tử với mọi vướng mắc về Danh, Tài, Ái, Dục v.v…

Những ai có Thân Trung Ấm, thì trước khi tái sinh dĩ nhiên phải mang một cái Thân tạm gọi là Thân không vật chất. Nó có nhiều tên, ở đây xin được nhắc lại và diễn nghĩa rõ ràng hơn về những tên của nó:

Thân trung ấm là cái Thân sau khi chết đang chờ để đi tái sinh (giai đoạn chết rồi và đang chờ để đi đầu thai). Thân này đang ở Âm Cảnh, tức là Thân ở giữa: lúc cái này chết, cái kia sinh. Nó còn được gọi là Thân trung gian, tức là nó ở sau Thân tiền ấm và trước Thân hậu ấm.

Thân tiền ấm là Thân trước khi đi đầu thai, tức là cái Thân mới chết đang chờ đợi để được định đoạt số phận

Thân hậu ấm là Thân đã sẵn sàng để đi tái sinh

Còn sau khi đã đi đầu thai rồi, là thân hiện hữu trong kiếp người hiện tại của chúng ta thì có tới năm ấm (Ngũ Ấm)

Thân trung hữu là kết quả nghiệp báo của nửa thiện nửa ác, nên không thể nào nói là không có cái Thân ấy dù tin hay không tin! do đó mới gọi là Thân Trung Hữu (Cũng vẫn là cái Thân sau khi chết rồi và đang chờ để đi tái sinh).

Thân hương ấm là cái Thần Thức, tạm gọi là vô tướng, tuy chỉ có một chút xíu vật chất thôi, cũng là chưa tuyệt đối thanh tịnh, nên vẫn còn tập khí thế gian! do đó nó vẫn cần nuôi dưỡng cái Thân vô tướng của nó bằng những hương vị của thức ăn, vì vậy mà gọi là Thân Hương Ấm.

Xin nhắc lại, thân vô tướng này được cấu tạo bởi các chất liệu vi tế của "Tịnh sắc căn", tức là Tịnh Sắc của các Căn

Đại gồm: Đất, Nước, Gió, Lửa, Không, Kiến và Thức, nên cái "Sắc Công Năng" cũng là giác quan của nó vô cùng bén nhạy. Nó có thể đọc được tư tưởng của các Thân Trung Ấm khác và cả tư tưởng của chúng ta. Nó có thể đi xuyên qua tường, qua núi mà không bị trở ngại! sự đến đi trong nháy mắt, và sự Thấy, Nghe, Hay Biết của nó thấu suốt vũ trụ. Đó cũng là một loại "Thần Thông", nhưng chỉ là "Nghiệp Thông", gần như vô ngại thôi! vì cho dù nó có thể đi xuyên qua đầu, và đọc được ý nghĩ của chúng ta, nhưng nó vẫn không thể đi xuyên qua đầu của những vị đã Giác Ngộ, chứ nói gì là tòa kim cương của chư Phật, chư Tổ!

Và cũng vì là thân phi vật chất chưa hoàn hảo, bởi còn một chút xíu vật chất! dù nhuyễn như tơ trời, tựa như hư không, cũng vẫn còn những tập khí phàm phu của thế gian, nên nó vẫn chấp thật mọi cảnh, mọi sự… Do đó nó vẫn cần ăn, vẫn tính toán, buồn vui, thương tiếc, khổ đau, chấp chước, nhất là khi biết mình đã chết!

Trong ba tuần lễ đầu, người chết vô cùng luyến tiếc Thân Mạng mình, thương nhớ gia đình, tiếc danh vọng và tài sản. Thêm cái khổ đau nữa là Thân Trung Ấm vẫn thấy, nghe và giao tiếp với người thân. Họ cảm thấy bình thường như lúc còn sống… nhưng khi họ cầm tay hỏi han, nói chuyện với chúng ta, thì chúng ta lại không hề hay biết gì hết! họ đi thăm từng nơi trong nhà, và dùng những đồ dùng hàng ngày của họ, nhưng không dùng được! nhìn vào gương thì không thấy bóng mình đâu cả nên càng biết rõ là mình đã chết! do đó mà đau thương, thống khổ: vì mặc cảm, vì bất lực, nên hoảng hốt, bứt rứt, lo lắng, cáu kỉnh, giận dữ và vô cùng sợ hãi! họ cần chúng ta giúp đỡ, hộ niệm bằng những câu Kinh dễ hiểu, những lời khai thị thật chân chính, rốt ráo, để hướng dẫn việc tái sinh cho họ.

Cái Thân Trung Ấm vô tướng rất vi tế, bén nhạy ấy, tuy là chấp chước nhưng ít vô minh hơn chúng ta rất nhiều, vì nó không còn bị cái ù lì, là cái thô của Tứ Đại ngăn che! cho nên:

ai nói phải, nói trái, ai thanh tịnh, ai ô nhiễm, ai thương thật, ai thương giả, ai khóc thật, ai khóc giả, và tang chế làm ra sao, to nhỏ thế nào, ai thăm, ai viếng họ đều rõ biết từng chi tiết...

Vì thế mà trong ba tuần lễ đầu của người chết vô cùng quan trọng. Thời điểm này họ gắn bó mật thiết với chúng ta, nên đi đi, về về thăm viếng nhà cửa và những người thân; ngay cả họ hàng, bạn bè... Còn bốn tuần lễ sau, thì bận rộn tìm liên lạc với cha mẹ vị lai. Hiểu như thế mà thương họ; cho nên trong thời gian của ba tuần lễ đầu này, chúng ta cần giúp đỡ, là hộ niệm tối đa bằng cách có thiện tri thức khai thị càng nhiều càng tốt. Công việc hộ niệm không ngoài mục đích: để trấn an cho họ hết hoang mang, hết lo sợ, hết giận dữ, và nhất là nhấn mạnh để họ biết chắc là họ không có chết, cũng như đang được hướng dẫn việc tái sinh.

Khi đã gặp đầy đủ nhân duyên tốt, xấu, thiện, ác tương ứng với nghiệp quả, là họ đi thọ sinh bất cứ lúc nào trong vòng bốn mươi chín ngày hay thời gian vô hạn định! và khi đã nằm trong thai mẹ là không còn đi đâu được nữa, dù tính chất quá bén nhậy của họ luôn luôn lăng xăng, di động, không hề chịu đứng yên bao giờ!

Xin mời cùng suy tư:

Theo Kinh Niết Bàn, quyển ba mươi bốn, thì những vị ở Cõi Vô Sắc Giới không có Thân Trung Ấm. Từ đó chúng ta suy ra Vô Sắc là Vô Thân, là Vô Hình Tướng, cũng là âm cảnh, là Trời (những quý vị vô tướng). Chẳng qua nó cũng vẫn chỉ là cái Tâm Thức Số Tám của chúng ta, có rất nhiều tên như đã kể ở trên. Vô Hình Tướng có thể xảy ra ở một trong hai trường hợp sau:

Một là không tu gì cả (là ở âm cảnh)
Hai là có tu nên được ở những quả vị vô tướng

Đã là Thân Vô Tướng thì bất cứ là ai cũng không có Thân cả! dù Thần Thánh cao siêu tới đâu, cho đến A Tu La, Ngã Quỉ hay Ma thì cũng thế. Mặc dù các vị này đều rất nhậy bén: thấy nghe cùng khắp, đến đi trong nháy mắt, có Tha Tâm Thông, nhưng chỉ là "Nghiệp Thông" gần như vô ngại mà chưa Tuyệt Đối, nên cũng chẳng lợi ích gì! vì trước sau gì khi hội đủ nhân duyên thì cũng vẫn cứ phải ra rồi lại vào mãi trong sáu nẻo Luân Hồi mà thôi! để rồi lại tạo những Thân Trung Ấm khác.

Do lẽ đó, dù là Thân Trung Ấm giới hạn thời gian hay Thân Trung Ấm vô hạn định thời gian, cũng đều rất cần những lời khai thị thật rốt ráo của thiện trí thức. Khi gặp đầy đủ nhân duyên, tức gặp Thiện trí thức khai thị, mà hiểu được những lời rốt ráo y chỉ Phật Pháp ấy! thì tự động được giải thoát khỏi cái nghiệp triền miên trong Cõi Vô Sắc Giới… Các vị này khi được trở lại làm người, có đầy đủ Sáu Căn. Nếu chịu tu hành rốt ráo, để cái tinh nhuệ linh thiêng của Tâm Thức chuyển thành Trí Tuệ Bát Nhã thì sẽ chấm dứt được cái Thân Trung Ấm, là cái Thân Vô Tướng!

Vậy muốn chấm dứt Thân Trung Ấm thật sự, thì chỉ có duy nhất một con đường là tu theo đúng Chính Pháp. Tu thật rốt ráo, thật trang nghiêm, và thật nỗ lực, để tiến tới Chân Lý giải thoát! là không còn có Thân Trung Ấm nữa, cũng không còn bị lệ thuộc vào thời gian hạn định là bốn mươi chín ngày, hay bao nhiêu ngày cả; miễn là khi nào hợp duyên, hợp cảnh là trở lại mà tiến tu đến Toàn Giác để gánh vác sứ mạng Như Lai.

Những vị đã thấu rõ Chân Lý Bát Nhã Sắc/Không, thì khi nằm trong thai mẹ là nằm trong búp hoa sen, là Cực Lạc Thế Giới, cũng là ngay Cõi Sa Bà này! với cái ***Sắc/Không*** thanh tịnh tuyệt đối, cũng là sự nhậy bén nhiệm mầu, vi diệu, vượt ngoài nghĩ bàn của bộ óc thế gian! quả đúng là: cái ấy nó không có không gian, nên không có nơi, không có chỗ; và nó không có thời gian, nên nó không còn có tốc độ nhanh chậm, số lượng, tuổi tác, quá khứ, hiện tại, vị lai! nhưng mà tuyệt vời thay, nó không hề tách rời mọi sự vật ở thế gian này, y như mạch Kinh Bát Nhã: "Chúng ta và Vũ Trụ Vạn Vật đều là Siêu Việt".

Chết

Thôi chết thật rồi, thôi chết thôi
Chết này phiền toái lắm người ơi!
Chết đi, chết lại, vô ngần kiếp
Sống chết, khôn ngừng mãi chơi vơi!

Chết sống, luân hồi mãi thương ôi!
Chết đi, chết mãi có bao ngơi
Làm sao giải thoát vòng sinh tử?
Để chỉ một lần chết, rồi thôi

Phật pháp siêng tu, sạch nổi, trôi
Trở về nguồn cội, hết luân hồi
Minh sư chân chính, đưa đường lối
Chỉ cần một lần, nhận ra TÔI

Phát Tang, Để Tang, Xả Tang

Những sự xúc động, những tình cảm vui buồn bởi cách cư xử đối với nhau khó mà cảm nhận rõ ràng trong những lúc bình thường chưa có biến cố gì; hoặc nếu có thì chỉ sơ sơ thôi, thì cái tình thương yêu, lòng hiếu thảo, điều ân nghĩa, cùng mọi sự ăn năn, hối hận đối với người thân như cha mẹ, vợ chồng, con cháu, họ hàng, bạn bè v.v... ít được tỏ rõ và ít mãnh liệt. Nhưng khi có biến cố như sự chết chóc, thì những thứ tình cảm này được bộc lộ một cách mạnh mẽ, chân thành rõ rệt nhất, qua những: truyền thống, những hình thức của các lễ phát tang, để tang, xả tang, và những buổi lễ lạy, để cầu xin sự độ trì cho người quá cố. Sở dĩ có những truyền thống này là để chúng ta có cơ hội tỏ lòng hiếu hạnh, yêu thương, biết ơn, luyến tiếc, cũng như những sự hối hận, ăn năn đối với người đã chết.

Với truyền thống, hình thức của những buổi lễ lạy ấy mặc dầu chưa rốt ráo cho lắm, nhưng cũng là điều rất tốt để chúng ta có dịp nhóm họp đông đảo: để giúp đỡ, để hộ niệm, để tỏ lòng kính thương, tiếc nuối nhau; đồng thời cũng là có dịp nói lên những điều suy tư hợp lý, hợp tình, và sự hữu hiệu hơn cho việc Phát Tang, Để Tang, Xả Tang này. Vậy trong lúc thi hành với những truyền thống lễ lạy của tang lễ, hỏi chúng ta có một chút suy tư gì không? Hay chỉ tự động làm theo những tục lệ đã vạch sẵn, là khi sự việc xẩy ra như thế, thì phải làm như thế, là đã trọn vẹn mọi ân tình, mọi sự hiếu đễ, xót thương đối với người thân yêu của chúng ta rồi! trong thực tế liệu có đúng như vậy không? Hãy thử luận bàn, vì trước khi làm một việc gì quan trọng, chúng ta không thể không tìm hiểu cho rõ ràng về việc đó.

Trước hết chúng ta hãy định nghĩa cho rõ ràng, khúc triết hơn về việc Phát Tang, Để Tang, và Xả Tang; rồi sau đó sẽ bàn sâu rộng hơn, trọn vẹn hơn, về những việc báo hiếu, ân đền, nghĩa trả, cùng lòng kính trọng, tiếc thương đối với người quá cố.

Định nghĩa tổng quát:

Phát tang: là sự bắt đầu thi hành cho việc tri ân, trả nghĩa và sự buồn thương, tiếc nuối người đã chết.

Để tang: là đang thi hành nhiệm vụ và bổn phận của sự buồn thương, nuối tiếc cũng là sự trả hiếu, trả ân nghĩa cho nhau, trong một thời hạn cố định.

Xả tang: là thời hạn, nhiệm vụ và bổn phận để tang đã hoàn tất.

Tùy theo sự liên hệ về huyết thống gần hay xa đối với người chết, mà có sự ấn định thời hạn để tang.

Đại Tang là 3 năm (thực ra chỉ có 27 tháng)

Để tang tứ thân phụ mẫu
Để tang vợ, chồng

Tiểu Tang thì tính từng tháng, cho đến tối đa là một năm

Tang anh chị em ruột
Tang họ hàng nội, ngoại

Chúng ta hãy đi vào chi tiết hơn về việc để tang. Phải chăng khi đang để tang là đang tỏ lòng thương xót, đang đền bù, đang biết ơn, đang trả ơn, đang trả hiếu một cách vô cùng chân thành, nồng nhiệt?

Của các con cháu hiếu hạnh đối với ông bà, cha mẹ, họ hàng.

Của những người vợ, người chồng có tình, có nghĩa.

Của họ hàng, bạn bè tốt, đối với người thân thương.

Đồng thời cũng là:

Của những người con, người cháu đã lỡ bất hiếu, bất mục, nay vì biến cố chết chóc này, mà họ đang bắt đầu biết thương xót, biết ăn năn, biết hối hận đối với ông bà, cha mẹ, họ hàng...

Của những người vợ, người chồng đã lỡ bội bạc, xấu xa! nay vì biến cố chết chóc này, mà họ đã bắt đầu biết ăn năn, hối hận, xót thương.

Và của tất cả những ai là người không tốt trong họ hàng, trong bạn bè… nay vì biến cố chết chóc này, họ cũng đã bắt đầu biết ân hận về cách cư xử không đẹp đối với người xấu số!

*

Chăng Là Đã Trễ?

Đừng chờ khi chết mới trả hiếu cho nhau
Đừng chờ khi chết mới ân hận u sầu
Hỏi dâng được chi, khi mẹ cha đã chết
Để tang được gì, thêm tủi nhục thương đau!

Đừng chờ khi chết mới trả nghĩa cho nhau
Đừng chờ khi chết mới hối hận bắt đầu
Chà đạp nặng lời suốt cuộc đời chung sống
Để tang làm gì thêm mai mỉa cho nhau!

Đừng chờ khi chết mới ân đền cho nhau
Đừng chờ khi chết mới thức tỉnh quay đầu
Cho được cái chi, khi thầy(*) tôi đã chết
Để tang được gì hay đau lại thêm đau!

Đừng chờ khi chết mới xử đẹp thương nhau
Sao trong khi sống lại tàn tệ thương đau
Cư xử hài hòa là để tang khi sống
Chết còn tang gì, thêm tủi hổ cho nhau!

Chú ý: (*) Câu số 11 chúng ta có thể thay bằng anh, chị, em hay bất cứ tên ai

Suy Tư về Phát Tang, Để Tang, và Xả Tang

Về mặt hình tướng

Có bao giờ chúng ta thắc mắc về những việc Phát Tang, Để Tang, Xả Tang có hình thức, có cố định thời gian, mà lại tỏ hết được lòng: hiếu hạnh, xót thương, sự ăn năn, hối hận, và sự đền ơn, đáp nghĩa? Liệu những hình thức ấy, có thật là đã vẹn toàn cho những ý nghĩa thiêng liêng này không? Hay là đã quá trễ, không thiết thực! và cũng không ảnh hưởng gì cho người đã chết? Tới đây tưởng cũng không cần có câu trả lời cho sự thắc mắc ở trên, vì mỗi người mỗi ý đều được tôn trọng, nhưng có lẽ đa số đều bất đồng với quan điểm không được rốt ráo này.

Về mặt vô hình tướng

Việc Phát Tang, Để Tang, Xả Tang vô tướng, đương nhiên là bao la, trọn vẹn và hợp lý hơn, vì không có sự giới hạn, cố định thời gian nào cả!

Thật sự mà nói, thì có cái gì có thể trả được hiếu, trả được ơn, với những công lao trời biển của cha mẹ? Cũng như những ân tình giữa vợ chồng, gia đình, họ hàng… thật khó mà đền đáp cân xứng cho nhau, thế cho nên chúng ta đều bị lâm vào tình trạng là chẳng gì trả được, và cũng không bao giờ trả xong.

Tại sao chẳng gì trả được?

Quí vị nào có con cái đều đã biết từ lúc người mẹ mang thai đến khi sinh nở, nuôi nấng con cực khổ trăm bề, sự hy sinh vô cùng tận… cho đến khi con đã trưởng thành, và khi đã thành đạt rồi mà cha mẹ cũng vẫn còn lo! thậm chí có nhiều bậc cha mẹ đã lo xong cho con, lại còn tiếp tục lo đến cháu. Đấy là trường hợp những đứa con lành lặn, thông minh, ngoan ngoãn. Còn những đứa con tật nguyền hoặc những đứa con hư hỏng, thì ôi thôi cha mẹ còn cực khổ tới đâu? Bút nào mà tả cho xiết được! Vậy thử hỏi chúng ta lấy gì mà trả hiếu cho đồng với công lao xương máu của cha mẹ?

Tại sao không bao giờ trả xong?

Theo thuyết nhà Phật thì gia đình, vợ chồng, con cháu, cha mẹ, anh chị em đều vì nhân duyên mà tụ họp lại với nhau. Và đều có nguyên do là: nợ nần, ân oán, duyên nợ trả vay, vì việc vay trả ấy không bao giờ có thể đồng đều! cho nên mới có sự luẩn quẩn loanh quanh, luân hồi, sinh tử không bao giờ dứt… và sự vay trả, trả vay cũng không bao giờ xong!

Để trở lại vấn đề báo hiếu, trả ân, trả nghĩa, Phát Tang, Để Tang, Xả Tang, nhiều người sẽ nói rằng: "Tổ tiên, cha mẹ đã sinh ra ta, thì bổn phận các Ngài phải lo cho ta chứ đâu lại cần sự đền bù, trả đi, trả lại kỹ lưỡng đến thế!"

Xin thưa rằng:

Về phương diện hình thức, lý lẽ của thế gian thì sự trả ơn, trả nghĩa cho nhau như thế là tạm đủ, hay đã đủ.

Nhưng về phương diện đạo lý có hơi khác, vì nó sâu sắc hơn. Qua giáo lý nhà Phật thì cái Nghiệp không hình, không tướng của chính chúng ta. Nó cứ âm thầm diễn tiến, âm thầm hành động, chỉ vì sự vay trả, oán ân không đồng đều, nên sự luân hồi, trôi lăn phải bị triền miên! do duyên này chưa kịp dứt, thì chính chúng ta lại tạo thêm những nhân duyên mới, để liên tiếp có nhân, có quả, có nghiệp riêng, nghiệp chung liên hệ với nhau, về những ân oán, nợ nần, danh, tài, ái, dục, thân mạng… tùy theo ít hay nhiều, sâu hay nông, mà tương ứng thành duyên vợ chồng, cha mẹ, anh chị em, họ hàng hay bạn bè trong một thời gian dài hay ngắn, cũng tương ứng với sự hội tụ và chia lìa ấy! nghĩa là chúng ta cứ luẩn quẩn, loanh quanh chằng chịt với nhau như thế mãi... chỉ vì nợ này chưa dứt, lại vay nợ kia, do lẽ đó mà sự vay trả, trả vay không bao giờ có thể cân bằng, nên cũng không bao giờ có thể trả xong để mà chấm dứt.

Tuy nhiên, dù sự việc có phức tạp, phiền não tới đâu cũng có thể giải quyết được, nhưng cũng còn tùy quan niệm của từng cá nhân mà có biện pháp thích hợp.

Người chấp nhận sự việc ấy, thì lý luận rằng: "*Việc luân hồi, vay trả là cái trò rất vui!*"

Người không chấp nhận, thì lại khắc khoải, suy tư và nói rằng: "*Đó là một trò vô minh đầy nước mắt*" cần chấm dứt!

Để giải quyết vấn đề rắc rối, phức tạp này, là làm sao có thể: trả hiếu, trả ân, trả nghĩa cho nhau được trọn vẹn, dứt được ân oán, nợ nần, ra ngoài được vòng luân hồi sinh tử và cũng là đã Xả Tang. Thì ngay cả Đức Phật còn ngao ngán, suy tư, và cuối cùng, cũng phải có biện pháp là đi tu, rồi Giác Ngộ mới thoát ra được cái vòng rắc rối ấy.

Khi nói đến chữ "*Tu*", thì ai cũng rất sợ hãi! vì tưởng tu là phải ở chùa, phải xuống tóc, phải mặc áo cà sa, phải ăn chay và sống một cuộc đời thật kham khổ. Thật ra thì không ắt hẳn là phải như thế. Dù tu tại gia, mà tu cho thật nghiêm chỉnh, thì cũng đạt được mục đích y như những người xuất gia ở chùa, không hơn không kém một mảy may nào hết! vì Đạo Phật là đạo trí tuệ và bình đẳng, ai ăn nấy no, ai tắm nấy mát, ai làm nấy được. Miễn tu sao cho đúng đường lối chính pháp, tu sao cho đúng đường lối trực chỉ, để nhận ra được Bản Thể sẵn có của mình, là tự động: giải thoát chính mình, giải thoát người, và cũng là trọn vẹn việc ân đền, nghĩa trả, việc Để Tang, và Xả Tang.

Bởi thế cho nên khi chúng ta bắt đầu tu, là bắt đầu trả ơn, đang tu là đang trả ơn, và khi tu xong là đã trọn vẹn việc trả ơn cho mọi khía cạnh, dù phức tạp đến đâu về: ân oán, hiếu đễ, tình tiền, danh vọng, ngay cả về thân mạng ... Vấn đề tu hành dễ hay khó là do thật tâm chúng ta có muốn hay không muốn mà thôi, nếu muốn thì thật là dễ, còn không muốn thì khó vô cùng!

Để cho những ai muốn Phát Tang, Để Tang, Xả Tang một cách hợp lý và rốt ráo, cũng là sự tu trì chân chính, thiết thực nhất! thì tại sao chúng ta không lập tức tu đi, bằng cách là thực hành cả lý lẫn sự (cả hình tướng lẫn vô hình tướng) ngay trong đời sống hàng ngày của chúng ta? Nếu làm được thế thì đây là đường lối tu hành nhanh nhất, đồng thời cũng là việc Phát Tang, Để Tang, Xả Tang rất thực tế và được tuyệt đối!

Thật vậy, chỉ cần thực hành giản dị như sau đây trong suốt quãng đời hiện sống.

Hãy tự hỏi tại sao chúng ta không xót thương nhau, không kính trọng nhau, không nhường nhịn, giúp đỡ nhau, không tiếc thương nhau *ngay từ bây giờ?* Tức là chúng ta đang phát tang, đang để tang nhau *khi còn đang sống!* để sẽ không có những ân hận, hối tiếc, cũng như những gì muốn chứng tỏ, muốn cho nhau trước khi quá trễ! lý do nên thương tiếc nhau ngay là vì không ai tránh được vô thường, mất mát, tang tóc! nó sẽ xảy ra bất cứ lúc nào, cho nên khi thấy sự vô thường hàng ngày, ngay trước mắt, thì chúng ta đã biết rằng: tất cả mọi người thân thương quanh ta đều sẽ phải bỏ ta mà đi bất cứ lúc nào, ngay cả thân ta cũng vậy! khi hiểu được như thế, thì không ai nỡ nói hay làm những hành động gì không tốt đẹp đối với nhau. Trái lại, chúng ta biết trân quí, biết xót thương, biết ơn nhau trong từng giây từng phút.

Vì hiểu vô thường, nên chúng ta sẽ tự động biết làm những cái hay, cái đẹp nhất cho nhau.

Hiểu vô thường, Chúng ta sẽ cư xử với nhau trong tình thương yêu chân thật.

Hiểu vô thường, chúng ta sẽ thật nhã nhặn, khiêm cung, luôn chấp nhận mọi hoàn cảnh tốt, xấu, mọi thiệt thòi, mọi lỗi lầm trong sự hiểu biết sáng suốt và từ bi.

Hiểu vô thường, dĩ nhiên chúng ta sẽ luôn bao dung, độ lượng, hỷ xả cho nhau, ngay cả với những người có tội! Và chúng ta cũng biết hối hận, ăn năn ngay, khi lỡ gây nên tội lỗi!

Hiểu vô thường, chúng ta sẽ hiếu hạnh từng sát na, khi còn được cận kề bên cha mẹ.

Hiểu vô thường, chúng ta sẽ biết sống trọn tình, trọn nghĩa, biết ơn đối với vợ chồng, gia đình, con cháu, họ hàng, bạn bè…

Và hiểu vô thường, chúng ta còn biết ơn, biết trung thành với quốc gia, xã hội, và yêu thương muôn loài, muôn vật …

Nếu can đảm, kiên trì, thực hành được như vậy, thì quả là chúng ta *đang tu*, tức là đang Phát Tang, đang Để Tang *tất cả mọi người*; đồng thời cũng là chúng ta đang Phát Tang, đang Để Tang *chính chúng ta* trong suốt cuộc đời, không có hạn định, cố định thời gian! và cũng là chúng ta đang sáng suốt, hài hòa, từ bi, vui sống trong thực hành, tu trì những gì đã kể ở trên. Cứ thế mà tiếp tục trau dồi, để thăng hoa, bằng cách là tham khảo, học hỏi, đi sâu vào kinh điển. Dùng kinh điển làm kim chỉ nam; dùng một trong tám mươi bốn ngàn pháp môn của Đức Phật làm công phu, thì lo gì đạo đời chẳng vẹn toàn, và những việc phát tang, để tang, xả tang cũng đã tự động được giải quyết xong xuôi.

*

Tôi Hết Để Tang Tôi

Tôi để tang tôi, từ khi mới ra đời
Tôi xót thương tôi, khó tránh khỏi tả tơi
Tôi biết thân tôi, như làn sóng chơi vơi
Tôi sợ cho tôi, ngụp lặn mãi Luân Hồi

Tôi để tang tôi, ôi suốt cả cuộc đời!
Tôi lo, tôi sẽ thành kẻ mồ côi
Tôi lo mất trọn, rồi mất cả Thân tôi
Tôi cố sao cho khỏi hối tiếc kịp thời

Tôi để tang tôi, từ khi mới ra đời
Tôi muốn vô thường, không khuất phục được tôi
Tôi không muốn mất, và mất hết khơi khơi
Nên tôi là muôn loài, muôn vật tuyệt vời

Tôi để tang tôi, ôi đã suốt cả cuộc đời!
Minh chứng liên hồi, toàn sinh tử ly bôi
Giả, Chân, còn, mất toàn vọng niệm mà thôi
Đồng tịnh, tịnh đồng tôi hết để tang tôi

Chỉ vì bản ngã, tôi phân tích lôi thôi
Vì vô minh dầy, tôi Nhị Biên Tương Đối
Ngã, Pháp, vỡ nhẽ, tôi vượt, tôi thay đổi
Dung thông tịnh đồng, tôi đã xả tang tôi

Phật Nhập Diệt

Với con mắt thế gian thì có sống, có chết, ai cũng phải chết; nên Đức Phật cũng phải chết như mọi người thường. Đó là vì chúng ta vô minh nên chỉ biết chấp chước mọi sự, mọi vật qua hình tướng.

Nếu sâu sắc hơn thì sẽ hiểu rằng Chân Tâm, Phật Tính không tùy thuộc vào sinh tử. Nó siêu việt vũ trụ, vạn vật; nói rõ hơn là nó siêu việt tất cả mọi hình tướng. Song nó cũng không tách rời hình tướng, cho nên khi nói đến Phật Nhập Diệt thì chúng ta hiểu rằng: "*Phật đây là Phật Tính*". Mà đã là Phật Tính thì không ảnh hưởng gì tới sinh diệt, cũng không ảnh hưởng gì tới đớn đau, vui buồn, sướng khổ. Vì nó không phải là một vật nên Phật Tính không biến mất khi chết, và cũng không phải tái tạo khi sinh ra. Nó tự ra ngoài thật/giả, có/không, nhưng lại không rời thân tâm, thế giới, vũ trụ vạn vật này một giây phút nào cả.

Do đó mất thân này là tự động có ngay thân khác là thế, dù muốn hay không để tuyệt đối vẹn toàn "**Hữu Trí Hữu Thân**", tức thân tâm viên mãn.

Sau đây là những chứng minh qua Kinh sách, qua những lời của Phật, của Tổ đã thuyết. Theo Bửu Tạng Luận, Đại Sư Tăng Triệu dạy rằng:

Với Chân Không Diệu Hữu ấy, chúng ta không thể chấp là thật hay giả, vì nó vô danh, vô ngôn, vô thuyết, phi vật, phi thân, phi tâm. Tự nó ra ngoài tất cả những gì chúng ta gán ghép cho nó.

Nó là "Vô Thân", vì Vô Thân mà "**Đại Thân**"
(Bởi không Thân nên Thân bao trùm cả hư không)

Nó là "Vô Tâm", vì Vô Tâm mà "**Đại Tâm**"
(Không Tâm nên Tâm bao trùm vũ trụ vạn vật)

Trong kinh Kim Cương Phật cũng dạy:
"*Phi thân, thị danh Đại thân*" là vậy.
(Không Thân tức là Thân to lớn)

*Đã là **Đại Tâm** thì cùng khắp vũ trụ vạn vật*
*Đã là **Đại Thân** thì đại ứng dụng đầy đủ vẹn toàn*

Do đó: * Nếu chúng ta *chấp Thân là Thân thật thì mất đại ứng dụng của Thân*
* Nếu chúng ta *chấp Tâm là Tâm thật thì mất đại trí của Tâm*

Cho nên nếu lìa bỏ được thân tâm Vọng Thức là lìa bỏ được mọi tri kiến giới hạn của Thức Tâm (tức cái thấy biết của Kiến, Văn, Giác, Tri; là cái thấy biết của mắt, tai, mũi, lưỡi phàm phu luôn dính mắc ấy) thì mới thấy được cái "**Chân Tính**"! tức cái **Đại thân, Đại tâm, Đại trí** cũng là **Đại đạo**. *(Lìa bỏ ở đây là bỏ cái tri kiến phàm phu để hội nhập tri kiến Phật, chứ không phải vứt bỏ Thân Tâm, Thế Giới này đi, thì lại lạc vào Vô Ký Không là Hữu Trí mà Vô Thân.)*

Để rõ hơn về "Đại đạo" theo Bửu Tạng Luận có một thí dụ: "Người thợ bạc gom góp hỗn hợp nhiều miếng vàng to nhỏ, hình tướng khác nhau đem bỏ chung vào một cái lò mà rèn đúc các thứ ấy, thành một bức tượng bằng vàng. Tức là cái thể chung đã tạo thành bức tượng vàng này, nên gọi nó là "**Đại**"! vì các miếng vàng ấy: dù to, dù nhỏ, dù trong hình tướng nào chăng nữa, trông có khác nhau về hình dạng cũng như kích thước, và trọng lượng nặng nhẹ… theo con mắt thế gian; nhưng cái bản thể chung của chúng thì vẫn đồng đều là vàng cả! nên còn được gọi là "**Dung Tướng**"; tức nhiều tướng dung hợp thành **một Thể**, "**Nhất Thể**", còn gọi là "**Đại Thể**", hay là "**Đại Đạo**" thì cũng thế.

Cũng nghĩa tạm thí dụ ấy, trong lò đúc **Đại Đạo của tạo hóa, vũ trụ vạn vật này** có: muôn ngàn sai biệt, đồ dùng hữu dụng cho đời được chế biến nhiều vô cùng, vô tận... Với con mắt thế gian thì thấy chúng khi **thành**, khi **trụ**, khi **hoại**, khi **không**! nhưng cái bản thể hay cái **Thể Tính** chung của chúng thì vẫn chẳng thêm, cũng chẳng bớt.

Thật đúng là:

Một là tất cả, tất cả là một.
Một là muôn ngàn sai biệt, muôn ngàn sai biệt cũng vẫn là một.
Ngàn sóng là biển, biển là ngàn sóng.
Tính, Tướng như như.
Tính, Tướng thường trụ.
Tất cả là do công dụng của Nhất Pháp, Nhất Thừa, Phật Thừa mà thành tựu vạn lượng. Vì lẽ đó mà Kinh nói:

"*Sum la cập vạn lượng, nhất pháp chi sở ấn*"

Tức muôn loài, muôn vật chỉ là một pháp, là Tự Tính, là bản thể gồm đủ vạn hữu là thế! nó là Nhất Thừa, là Phật Thừa, là Phật Tính bình đẳng. Phật chúng sinh bất nhị, vô ngôn, vô thuyết, mênh mông khó lường, khó bàn, khó nghĩ. Tất cả viên mãn, từ cây cỏ, muỗi mòng cho đến một hạt bụi, một lân hư trần v.v... đều từ Nhất Thừa hay Phật Thừa mà ra cả.

Vẫn trong Bửu Tạng Luận:

Ai hiểu được là người có Pháp Nhãn Bát Nhã đã sáng tỏ, mới thông suốt được "Nhất Thừa", thông suốt được "Đại Đạo". Vì vậy mà Kinh nói: Nếu thấu hiểu được, thấy được "**Chân Nhất**", "**Tri Nhất**" thì mọi việc đều xong, có nghĩa là thâm nhập được Tự Tính, và với Tự Tính ấy mà tái sinh, chẳng chút vọng tưởng gì thì tự động là bậc Thánh.

Còn người chưa thấu rõ thì hay tin tà, tin dị đoan. Vì Chính Tín của người ấy rất yếu, còn nhiều chấp chước, cho nên họ rất khó thâm nhập Diệu Lý! bởi luôn luôn có vọng nhị kiến (của Kiến, Văn, Giác, Tri, còn gọi là vọng tâm, hay vọng kiến), nên luôn đi ngược lại với Chân Lý.

Những vị này thì phải ví như những người ở trong kho chứa nhiều thứ làm bằng vàng. Họ chỉ thấy các hình tướng của những thứ đồ làm bằng vàng như: vòng vàng, giây chuyền vàng, bông tai vàng... Nhưng họ không thấy được cái bản thể chung của những thứ ấy luôn luôn là vàng! chung qui cũng chỉ vì vọng niệm của họ luôn khởi đủ thứ tri kiến phân biệt hình tướng đẹp/xấu, thật/giả. Họ đã không thấy được cái bản chất của vàng, mà tự làm mất đi cái bản thể của vàng! vì chỉ sống với sự luận bàn, tranh cãi trong thức tâm phân biệt. Đó là phàm phu mê muội đã đánh mất bản tính! bởi: chấp tâm, chấp tướng, chấp cảnh, chấp đủ thứ sai biệt điên đảo, để rồi trôi lăn theo với mọi chấp chước ấy, mà thọ hết thân này đến thân khác.

Do lẽ đó những ai chấp hữu tướng, trân quí hữu tướng, thì sợ vô tướng, vì chấp cái thân này là thật nên quí trọng nó, muốn sống mãi với nó, và sợ nó chết là bị đi vào cái vô tướng, cho nên rất sợ vô tướng!

Còn người có tu hành mà chưa rốt ráo thì lại trân quí cái vô tướng, rất sợ hữu tướng! vì không hiểu rõ thật nghĩa của Bát Nhã Tâm Kinh, nên đã coi khinh, coi rẻ cái thân, coi rẻ nơi chúng ta đang hiện sống. Chỉ vì chấp nó là giả, là huyễn hóa nên coi thường nó, sợ nó, muốn hoàn toàn vứt nó đi, để về nơi vô tướng (gọi là Thiên Đường, là Cực Lạc), mới cho là vĩnh cửu.

Có biết đâu rằng hữu tướng và vô tướng vốn chẳng khác vì:

Sắc tức là Không, Không tức là Sắc
Sắc chẳng khác gì Không, Không cũng chẳng khác gì Sắc
Sắc chính là Không, Không lại chính là Sắc

Cho nên chẳng phải dùng "Sắc" để diệt thành "Không"!

Giống như nước đang chảy im lìm, bị gió thổi mà thành bọt nước! nhưng "bọt" ấy chính là "nước" rồi, thì chẳng cần phải diệt "bọt" ấy đi, thì mới có "nước"! vì "nước" và "bọt" không khác nhau.

Cũng thế, không cần diệt "Sắc" đi thì mới thành không! hay là diệt "bọt" đi để thành "nước". Thật là tức cười vì "nước" là "bọt", "bọt" là "nước" rồi; chẳng phải lìa nước mới có bọt, hay lìa bọt mới có nước! cho nên "**Không**" vô tận, thì "**Sắc**" cũng vô tận là vậy.

* Người thích hữu tướng, sợ vô tướng vì họ chẳng biết hữu tướng tức là vô tướng.
* Kẻ thích vô tướng sợ hữu tướng vì họ chẳng biết vô tướng tức là tướng.
* Thật ra thì: vô tướng, hữu tướng đều là Tự Tính mình, ngay nơi mình, và ngay nơi chúng ta đang hiện sống.

Theo luận giải trong Bửu Tạng Luận như trên, chúng ta không khỏi có những suy tư và có những câu hỏi đại khái như:

Sau khi Phật Nhập Diệt thì hiện giờ Phật ở đâu? Phật đang ở chỗ vô tướng hay sao?

Những vị đã Giác Ngộ, những vị đã thâm nhập chân lý giải thoát, hiện giờ các Ngài ở đâu sau khi đã chết? Hay các Ngài cũng đang ở chỗ vô tướng?

Thật ra mà nói thì các vị Phật, các vị đã Giác Ngộ chỉ là thị hiện **sống** mà chẳng phải "**có**"; thị hiện **chết** mà chẳng phải "**không**". Các Ngài chẳng có Vọng Tâm lấy/bỏ, dù trải qua muôn ngàn sinh tử, mà chỉ tùy theo Pháp Tính tự nhiên chứ chẳng hề nổi ý phân biệt. Ấy là chẳng có ngã hay vô ngã.

Còn phàm phu chúng ta thì ngược lại! có vọng tưởng là Tâm Thức si mê, nên tự tạo đủ thứ thấy biết (kiến, văn, giác, tri). Có biết đâu **Tự Tính** vốn **vô danh** mà chúng ta gán tên nơi vô danh. **Tự Tính** vốn **vô tướng** mà chúng ta gán tên nơi vô tướng. Cho nên các "Danh", các "Tướng" ấy đã lỡ bị tạo lập, thì vọng tưởng do đó mà sinh, để rồi Phật Tính bị vùi sâu, Đại Đạo biến mất thay vào đó toàn là Tâm Ý, Ý Thức!

Do những lẽ trên đây, xin mời tất cả chúng ta lại cùng suy tư một lần nữa:

Nếu quả thật các vị Phật cũng như các vị đã Giác Ngộ sau khi chết, hiện các ngài đang ở nơi Vô Tướng, tức Cực Lạc! không dính dáng gì với thế gian này, thì đi ngược lại với những Kinh, Luật, Luận của Phật, của Tổ như một vài dẫn chứng sau đây:

Kinh nói: **"Phật Pháp không rời thế gian pháp"**

Bát Nhã Tâm Kinh:

Sắc chính là Không, Không chính là Sắc
Sắc chẳng khác Không, Không chẳng khác Sắc

Tức Vũ trụ vạn vật này toàn là Sắc, toàn là Không! thì đúng là: "*Phật pháp không rời thế gian pháp*".

Lăng Nghiêm Kinh:

Tính là Tướng, Tướng là Tính
Vô Tướng là Hữu Tướng, Hữu Tướng là Vô Tướng

Vậy: *Vũ Trụ Vạn Vật toàn là hữu tướng, và toàn là vô tướng!*

thì cũng đúng là: "*Phật Pháp không rời thế gian pháp*" rồi.

Pháp Hoa Kinh:

Cảnh vốn tự không, đâu cần hoại Tướng

Tuy vũ trụ vạn vật này thấy như toàn là "Tướng" nhưng thật ra không cần phải hủy hoại chúng nó đi, rồi mới thấy chúng là "không có Tướng"! *Câu kinh Pháp Hoa, y nghĩa của Bát Nhã Tâm Kinh.*

Vậy dĩ nhiên là: "*Phật Pháp không rời thế gian pháp*".

Duy Ma Cật Kinh:

Các Sắc tự chúng đã là Không, chẳng phải chờ Sắc diệt rồi mới là Không! Tính của các Sắc tự Không. Ngũ Uẩn cũng y vậy. Các Căn (Nhãn, Nhĩ, Tỉ, Thiệt, Thân, Ý); các Trần (Sắc, Thanh, Hương, Vị, Xúc, Pháp), và thế giới vũ trụ vạn vật này cũng đều y như thế.

Vậy thì: *"Phật Pháp có rời Thế Gian Pháp đâu?"*

Pháp Bảo Đàn Kinh: Lục Tổ Huệ Năng cũng dạy về "Chân Như Tính, Phật Tính, Pháp Giới Tính" như sau:

Nếu đã gọi là "**Tính**" thì tự nó khởi Niệm, nhưng là "**Chân Như Niệm**"! không do nhân duyên mà có, tức là không có đối đãi như Vọng Tâm Thức Phân Biệt của chúng sinh. Tổ nói tiếp: "Nếu không có cái "**Tính**" ấy, thì tất cả các Căn: Mắt, Tai, Mũi, Lưỡi, Thân, Ý và tất cả các Trần: Sắc, Thanh, Hương, Vị, Xúc, Pháp đều bị hoại ngay lập tức!

Cho nên:

Không có chúng sinh thì không có Phật
Không có con người thì không có kinh sách
Và nếu chẳng có con người, thì vạn pháp vốn chẳng tự có được.

Do đó:

"Phật Pháp làm sao mà rời được thế gian pháp!"

Mọi biện luận, mọi chứng minh theo Kinh sách là như vậy, để chúng ta tự hiểu, tự rõ biết tất cả chúng sinh, kể cả Phật, cả Tổ ở đâu sau khi chết?

Ghi Chú:
Tự Tính *cùng khắp, siêu việt số lượng thời gian, không gian, chẳng một, chẳng hai, chẳng ba, chẳng thể suy xét, chẳng thể nghĩ bàn, chẳng thể phán đoán.*

Tất cả những danh từ trong bài này: Giả/chân, sống/chết, đại/tiểu, hoại/thành v.v... đều là phương tiện, đều là giả danh.

Phật Nhập Diệt

Nhập diệt đây, vượt hết sinh tử rồi
Nhập diệt đây, chẳng còn có luân hồi
Nhập diệt đây, về nguồn chân tuyệt đối
Nhập diệt đây, chân thật sống mãi thôi

Nhập diệt đây, nhân quả hết thật rồi
Nhập diệt đây, ta cùng khắp nơi nơi
Nhập diệt đây, ta hiện hữu không rời
Nhập diệt đây, ta có mặt trên đời

Vũ Trụ, Loài Người Đến Từ Đâu?

Kính Dâng lên Thiền Sư Duy Lực với tất cả tấm lòng quí trọng, mến thương và xin tri ân, tán dương Ngài bằng cách có thể lập lại những gì thiết thực, hữu ích nhất! qua nhiều tài liệu Phật Pháp quí báu, trực tiếp cũng như gián tiếp mà Ngài đã Khai Thị thật là tuyệt vời, rất thực tế, rõ ràng, minh bạch, hiếm có ở trên đời!

Khi nói về vũ trụ loài người đến từ đâu? thì hầu hết chúng ta đều trông cậy vào sự nghiên cứu của các vị khoa học gia, mà quên mất đức Phật đã cho chúng ta câu trả lời rất chính xác cách đây gần ba ngàn năm về trước. Nền khoa học hiện thời thấy như rất gần với Phật Pháp nhưng chưa phải là Phật Pháp! vậy chúng ta hãy cùng suy tư và tham khảo xem sự khác biệt giữa khoa học và Phật Pháp ra sao về sự thắc mắc của mọi người là:

Vũ trụ từ đâu ra?
Loài người từ đâu đến?

Mục đích của đề tài này chỉ là sự học hỏi, tham khảo vô tư không thành kiến, và nhất là vấn đề khoa học thì chỉ xin nhắc bao quát những liên hệ về ý chính với đề tài này mà thôi, chứ không đi sâu vào khoa học! vì bài viết này không phải là bài viết về khoa học, nên xin quí vị Khoa Học Gia và quí vị Độc Giả thứ lỗi cho chúng tôi nếu có những sơ sót lỗi lầm nào.

Hiện tại các Nhà Khoa Học, Vật Lý Học, Hóa Học, Toán Học, Vật Lý Hạch Tâm (*Nuclear Physicist*), Vật Lý Lượng Tử (*Quantum Physicist*) v.v... đang qui tụ ở Âu Châu để thực hiện một cuộc thí nghiệm rất lớn gọi là "**Big Bang**", cố công tìm hiểu xem Vũ Trụ, Loài Người từ đâu đến?

Thật ra công việc này đã được nghiên cứu hết đời này qua đời khác nhưng chưa bao giờ thành công cả! trải qua biết bao thời gian như thế cho đến nay, các nhà khoa học vẫn chỉ đạt được kết quả là sự bế tắc, không thành công; và còn không thành công mãi mãi... nếu không chịu đi sâu vào vấn đề Tâm Linh. Là khi Kiến Tính thì sẽ biết ngay và xong ngay cái công việc Trọng Đại ấy.

Nguyên nhân của sự không thành công là vì các vị này cứ lấy vật chất mà phân tích, truy tìm mãi, tức lấy vật chất Tương Đối làm công cụ và lấy bộ óc giới hạn để nghiên cứu thì chẳng khác gì đầu lại mọc thêm đầu! (Đúng y như Thiền Sư Duy Lực đã dạy). Mỗi con người chỉ có một cái đầu với một khối óc thôi mà đã quá mệt mỏi. Vì bộ óc hay suy nghĩ mông lung, không bao giờ ngừng nghỉ, nên đã tạo biết bao phiền não. Nay lại còn mọc thêm nhiều cái đầu nữa thì làm sao chịu nổi! bởi quá nhiều căng thẳng, rồi không chừng sẽ bị bệnh thần kinh cũng nên. Vẫn theo Thiền Sư Duy Lực trong cuốn "Vũ Trụ Quan Thế Kỷ 21" thì các nhà khoa học "*chỉ lợi dụng những năng lượng phát ra từ vật chất nên vĩnh viễn bị thời gian, không gian hạn chế!*".

Thật vậy, dù tài giỏi đến đâu mà cứ dùng bộ óc để tìm hiểu thì chẳng bao giờ đạt được mục đích xem vũ trụ loài người từ đâu ra? Vì bộ óc chỉ là Tâm Thức Tương Đối, nên kết quả cũng chỉ là Tương Đối, chứ không thể là Tuyệt Đối được! vì Tuyệt Đối thì *không qua bộ óc*.

Khoa học hiện nay càng ngày càng tiến, đã chế được máy bay, hỏa tiễn, bom nguyên tử, tia laser, computer, internet v.v.. nhưng vẫn là dựa vào hai lý thuyết của Newton và Einstein. Toàn là lợi dụng những Từ Lực, Từ Trường, Sức Hút, Sức Đẩy, Năng Lượng ẩn mật của muôn vật, tức những làn sóng phát ra không ngưng nghỉ của chúng, để mà chế biến cái này, cái kia. Nhưng cho dù có biến chế các vật chất thành toàn năng lượng (energy) vô hình, tức biến vật chất thành Hư Không! thì Hư Không còn là vật chất, còn có hình tướng! nên vẫn trong hữu hạn (giới hạn), Tương Đối.

Khoa học gia Issac Newton nghiên cứu sự chuyển động của vật thể tương đối lớn, có tốc độ giới hạn so với tốc độ ánh sáng.

Nhà khoa học Albert Einstein đã nghiên cứu về sự biến đổi vật chất thành toàn energy, và nghiên cứu sự chuyển động của đối tượng, khảo sát tốc độ gần bằng hay bằng tốc độ của Ánh Sáng.

Mặc dù lý thuyết của ông đã giúp thực hiện: biến chuyển vật chất thành cái Thể Vô Hình là năng lượng (tức toàn energy), nhưng năng lượng này vẫn còn có một chút vật chất, là còn nằm trong Tương Đối. Sự chuyển đổi vật chất thành thể vô hình vẫn là sự tương ứng hữu hạn, không phải là vô hạn nên cũng chưa vào được Tuyệt Đối!

Sau Einstein, cho tới các nhà khoa học hiện nay, sự thí nghiệm và cách nghiên cứu cũng không mấy khác, vì vẫn lấy vật chất mà phân tích, truy tìm để rồi cứ luẩn quẩn, loanh quanh! và cuối cùng, lại đi vào "**Vô Ký Không**", là cái không có gì cả!

Các khoa học gia hầu hết căn cứ vào Duy Vật Luận là:

Vật để thí nghiệm
Thời gian
Không gian
Trọng lượng, Thể Tích và Năng lượng

Do lẽ đó mà kết quả chỉ là trong tương đối, dù vận tốc có tiến tới tốc độ của ánh sáng thì cũng vẫn là vận tốc hữu hạn.

Trừ khi, vật nào không có vật chất, tức phi vật chất đúng nghĩa, phi thể tích đúng nghĩa, phi trọng lượng đúng nghĩa thì năng lượng, sức mạnh của nó tự siêu việt, và tốc độ của nó cũng vô cùng tận… Không còn trong Tương Đối nữa!

Sở dĩ các vị khoa học gia cứ quanh quẩn mãi trong Tương Đối là vì họ chỉ biết dùng:

Bộ óc Tương Đối là Tâm Thức phân biệt để suy tư, nghiên cứu!

Dùng vật chất Tương Đối làm công cụ để phân tích, thì cho dù có phân tích đến tận cùng về cái vật chất đó, kết quả cũng lại Tương Đối là lẽ đương nhiên!

Vô tình mà rất phù hợp là các vị này đã dùng: "Duy Vật Luận" cũng là Thiền Quán của Tiểu Thừa và Trung Thừa là: chỉ dùng Tiền Ngũ Thức và Ý Thức, tức Thức số Sáu mà *Quán hiện tượng của các Vật…* tức "**Quán**" các vật ấy một cách thật tỉ mỉ, đến độ vi tế nhất! để rồi rơi vào "**Vô Ký Không**" là cái Tương Đối của Có/Không, Không/Có mà không hề hay biết gì cả.

Chỉ khi nào các ngài biết dùng Ý Thức, là Thức số Sáu đi vào Thức số Bảy, thẳng vào Thức số Tám. Hay dùng ngay Thức Số Bảy là cái thức cận kề với Thức Số Tám (tức Thức số Bảy vào thẳng Thức số Tám) để phá cho được cái Chấp Không "*Vô Thủy Vô Minh*", thì mới vào được "Tuyệt Đối"! là sẽ hiểu rõ Vũ Trụ, Loài Người từ đâu ra? Và lúc ấy cũng sẽ thấu hiểu ý nghĩa những lời dạy của Đức Phật qua các mạch Kinh Điển, tức lời Khai Thị của Ngài cách đây gần ba ngàn năm:

"Không có chỗ, không có nơi! nên không thể **Đến** và **Đi**"

Vì:

Không có chỗ, không có nơi, tức là không có Không Gian. Khi đã không có Không Gian, thì đương nhiên là không có Thời Gian! mà đã Không có Không Gian, không có Thời Gian thì cũng không có Diện Tích (rộng/hẹp); Trọng Lượng (Nặng/Nhẹ); Cường Độ (Cao/Thấp); Vận Tốc (Nhanh/Chậm)...

Bởi không có nơi, không có chỗ nên không thể đến/đi tức *Bất Khứ, Bất Lai* do đó mới gọi là: "**Như Lai**", là sự hiện hữu ngay đây, ***Là Đây, Là Vậy, Là Như Thế đó!***

What is, is it? What is, it is?	} Just This Is!

Lời nói và ý nghĩa ấy của Đức Phật thật là siêu việt! vượt ngoài ngôn ngữ, danh từ, cùng sự thông minh, lý luận của bộ óc thế gian! nên rất khó hiểu, khó học, khó bàn, khó nghĩ! tuy nhiên nếu không chịu suy tư, không chịu học hỏi để hiểu mà lại đầu hàng ngay, thì muôn đời muôn kiếp chúng ta cứ mãi mãi bị ở trong thế giới Vô Minh Tương Đối này, tức là ở trong Luân Hồi Sinh Tử. Do vậy mà, bất cứ là ai dù gàn dở, bướng bỉnh, cố chấp, tài giỏi và ngạo mạn tới đâu, thì cũng có một lúc nào đó, một đời kiếp nào đó sẽ bớt gàn, bớt bướng, bớt ngoan cố, bớt ngạo mạn để hạ cái bản ngã cao như núi Tu Di! cũng là tội lỗi bằng núi Tu Di ấy xuống mà suy tư, mà học hỏi từ: Thân Tâm đến Thế Giới Vũ Trụ, từ Vũ Trụ Thế Giới đến Thân Tâm. Để hiểu về mình, là hiểu về người; để nhận ra mình, là nhận ra người, cũng là nhận ra toàn thể Vũ Trụ Thế Giới... mà vượt ra ngoài Thân, Tâm, Vũ Trụ, Thế Giới này! nhưng tuyệt vời thay, khi đã nhận ra mình là ai và vũ trụ vạn vật là gì thì mới rõ là nó không rời Thân Tâm, Vũ Trụ Thế Giới đang hiện hữu ngay đây. Có như vậy mới dứt được mọi khổ đau, cạn được nước mắt, sạch được mọi phiền não và đoạn được Luân Hồi Sinh Tử.

Hiện tại chúng ta đang ở Thế Giới Tương Đối thì cũng nên học và hiểu về lý lẽ Tương Đối. Rồi từ Tương Đối ấy mới tiến vào Tuyệt Đối được. Bằng cách, xin nhắc lại là lấy độc trị độc, dùng: Tâm Thức Tương Đối, tức Tâm Thức phân biệt (số Sáu), hay là dùng ngay Thức Số Bẩy với câu Công Án, hay câu Thoại Đầu làm công cụ, làm Công Phu để tiến vào tận sào huyệt A Lại Gia (*Thức Số Tám*); cũng là chỗ "**Vô Thủy Vô Minh**" để mà giải quyết, tức quét cho sạch, phá vỡ toàn bộ mầm mống, gốc rễ của Vô Minh! là nguyên nhân chính đã tạo dựng nên Nhân Quả, Nghiệp Báo và vòng Luân Hồi, hết Sinh lại Tử ấy!

Vậy muốn đạt mục đích Tối Thượng cũng là muốn biết Vũ Trụ Loài Người đến từ đâu? Xin mời cùng suy tư, cùng học để hiểu về Tương Đối lẫn Tuyệt Đối; tức học về chính Thân Tâm mình cũng như muôn cảnh vật đang hiện hữu quanh chúng ta.

Có phải chăng là Toàn Bộ Vũ Trụ Vạn Vật đều không thể ra ngoài được bốn thứ sau đây:

Thực Thể có Hình Tướng
Hư Thể không có Hình Tướng
Loài Hữu Tình (Động Vật có bộ óc và hệ thống thần kinh)
Loài Vô Tình (Thực Vật và các Vật thuộc Vô Tình)

Trước hết, nói về Thực Thể trong Tương Đối:

1. Thực Thể bao gồm Muôn Loài Sinh Vật như: Động Vật (*Hữu Tình*), Thực Vật (*Vô Tình*) cùng muôn vật có Hình Tướng dù lớn đến đâu, hay nhỏ tới cỡ nào đều nằm trong Định Luật Tương Đối! đều cùng tùy theo vào Trọng Lượng nặng/nhẹ, Thể Tích to/nhỏ; chiếm một khoảng không gian tương ứng của chúng, để mà có sự tồn tại tương đối trong khoảng thời gian cũng tương đối.

Theo Newton sức hút qua làn sóng từ mặt trời, mặt trăng, trái đất. Sự bí mật của ánh sáng và màu sắc thể hiện sự liên hệ vạn vật với nhau trong vũ trụ.

Einstein tiến hơn một bước và tiếp nối công việc của Newton, và còn khám phá thêm nhiều thứ quan trọng: tia sáng mặt trời cong, không gian cong. Vũ trụ chẳng bao giờ nới rộng, nhưng không giới hạn mà vô cùng tận, không có cái gì trong thế gian này mà có tốc độ nhanh hơn ánh sáng.

Chúng ta có thể tạm hiểu rằng tất cả các Nguyên Tử hợp lại thành mọi vật thể ở trong Vũ Trụ. Khi nguyên tử đem phân ra thành những phân tử nhỏ như hạt bụi, rồi từ hạt bụi lại phân ra mãi, thì vật chất của nó sẽ nhỏ bằng vật chất của ánh sáng! là Quang Tử, tức vật nhỏ nhất so với mọi vật trong Vũ Trụ, nên tốc độ của nó, tức tốc độ của ánh sáng cao nhất là 300,000 cây số trong một giây. Điện tử cũng có vật chất rất nhỏ, nhưng so với Quang Tử thì vật chất của Điện Tử to hơn nhiều, nên tốc độ của nó là 150,000 cây số trong một giây, chỉ bằng phân nửa tốc độ của Quang Tử mà thôi!

Do đó nếu:

Tốc độ của vật chất nào đó càng tiến gần tốc độ của ánh sáng thì khối lượng vật chất càng biến nhỏ đi, trong khi lực trường lại càng mạnh, tốc độ lúc ấy càng nhanh hơn và thời gian thì chậm lại.

Trái lại tốc độ của vật chất nào đó càng thấp hơn so với tốc độ ánh sáng thì khối lượng vật chất không liên hệ mấy về Thể Tích, Trọng Lượng, nên năng lượng yếu và tốc độ chậm, còn thời gian thì hầu như không chậm lại.

Đại khái cũng nghĩa ấy với các loài động vật, nhưng đặc biệt Loài Người chúng ta dưới dạng thức khác, hình thức khác, vì có **Tâm Thần, tức Tâm Thức** nên:

Tình cảm càng nhiều, càng giầu thì lý trí càng ít
Tình cảm càng yếu, thì lý trí càng mạnh
Nếu không tình cảm, thì toàn là Lý Trí
Khi tình cảm khô sạch, thì toàn Tâm Thức biến thành toàn Tâm Trí!

2. Các Động Vật thuộc loài Hữu Tình đều có bộ óc, nhất là loài người với khối óc lúc nào cũng tác ý này, tác ý nọ và điều động, duy trì sự sống của toàn Thân; cùng toàn bộ của hệ thống thần kinh khắp thân thể, từ trong ra ngoài, từ ngoài vào trong, nên rất vi tế! dễ bị đau đớn khi vật gì va chạm vào Thân, và cũng rất nhậy bén, siêu xúc cảm về phần Tâm Thần! cái ấy gọi là Tâm Lực chứ không gọi là Từ Lực, Từ Trường được. Loài Người rất phức tạp cũng vì có bộ óc đó. Tuy nhiên nếu chịu tiến tới cái Siêu Việt của con người, tức là chịu tu hành đến khi Kiến Tính thì sẽ rõ biết ngay Loài Người cùng Vũ Trụ Vạn Vật là gì và đến từ đâu?

3. Các Thực Vật và Vạn Vật thuộc loài Vô Tình thì giản dị hơn, tuy có Lực Trường tương ứng với chúng nhưng cố định (bất biến).

Bởi vậy, nếu có một vật nào *không còn vật chất* nữa (tức hoàn toàn là *phi vật chất*) thì năng lực, lực trường sẽ mạnh vô địch, và tốc độ sẽ không còn giới hạn, vì nó nhanh đến độ như đứng một chỗ! nên không còn gọi là Tốc Độ được nữa, thì tự động nó trở về: cái không có Tự Thể, tức cái Hư Thể, là Bản Thể trống rỗng ***Tính Không*** mà lại có ***Tính Giác*** cùng khắp hư không… chẳng có Tự Thể tức là *Hư Thể Vô Tướng!* nó siêu việt lực trường, siêu sức mạnh, siêu tốc độ, và vượt ngoài bộ óc Thế Gian, tức vượt Tâm Thức Nhị Biên Tương Đối: lớn/nhỏ, nhanh/chậm, mạnh/yếu…

Tóm lại, về Toàn Bộ Thực Thể có hình tướng đều bị giới hạn trong khoảng Không Gian tương ứng với Thể Tích, Trọng Lượng của chúng. Và khi đã ở trong khoảng Không Gian cố định như thế thì tự động chúng phải bị chi phối bởi Thời Gian hạn định! để mà có sự tồn tại tương ứng, dù không muốn cũng không được. Nhưng đấy **chỉ toàn là sự suy luận chấp thật của Tâm Thức Nhị Biên Tương Đối! càng phân tích, càng truy tìm thì càng phức tạp rối bời, để càng đi lạc và càng xa Đạo Pháp!**

Đạo Pháp tuy khó hiểu nhưng rất giản dị không cần phải đập, phải phá, phải truy tìm, phân tích lôi thôi để phát minh này, phát minh kia: nào là kiếm nguồn năng lượng phát ra từ vật chất, nào là siêu hơn thì sẽ đi tìm nguồn năng lực phát ra từ cái phi vật chất; tức Năng Lượng phát ra từ cái Vô Tướng! để mà kiếm ra Vũ Trụ Loài Người từ đâu đến? Nhưng lại không biết cái Phi Vật Chất Vô Tướng ấy là gì, ở đâu? Kết cuộc cứ luẩn quẩn mãi trong Hư Không Tương Đối: Có/Không, Không/Có! tức lọt vào Vô Ký Không mà không biết.

Tiến lên một bước nữa thì cũng chỉ đại khái hiểu:

Thế Giới do Thân mà có (Thân tạo muôn vật dụng cho Thế Gian)
Thân do Tâm mà có (Từ cái Vô Tướng (Thức Số Tám) mà có hình tướng Thân)
Tâm do Mê Hoặc mà có (Tâm mê chấp vạn vật là có thật)

Chỉ khi nào chúng ta biết Tu theo đúng Chính Pháp, tu đến Kiến Tính **(Kiến Tính mới khởi Tu)** để rũ sạch phiền não, mê mờ, bỏ đến tận cùng mọi Thói Hư, Tật xấu mà thể hiện:

Tâm sạch thì Thân sạch
Thân sạch thì Thế Giới sạch

Lúc ấy sẽ thấy rất rõ cái Hư Thể, Tính Không, cũng là cái Bản Thể trống rỗng nhưng có Tính Giác cùng khắp Hư Không, ***mà Hư Không thì chưa hề rời Vũ Trụ Vạn Vật này bao giờ cả!***

Và bây giờ nói về Hư Thể:

Vì là Hư Thể không có Tự Thể (*Hình Tướng*) như vậy, nên mới dung chứa được toàn thể Vũ Trụ, Vạn Vật! đã gọi là dung chứa mà sao lại nói là không có không gian, thời gian? Thật là vô lý! nhưng trong Kinh lại dạy rằng:

"*Tính Không cùng khắp Không Gian, Thời Gian và luôn hiện hữu thường hằng, mà lại Vô Thủy Vô Sinh! nó Tuyệt Đối vô vật chất, vô hình, vô lượng mà lại không rời lượng, vật chất, với hình tướng Thế Gian! còn đầy đủ tác dụng, siêu việt Thời Gian lẫn Không Gian nữa*" Thật là Tuyệt Diệu! chúng ta nên tham khảo Kinh Bát Nhã để thấu hiểu cái thâm sâu vi diệu của Kinh, là đừng hiểu một chiều và cũng là để:

Thấy được: "**Hoa Tạng Thế Giới**" tức "**Thế Giới của Bát Nhã**" ở ngay trước mắt:

"Thực Thể chính là Hư Thể
Hư Thể chính là Thực Thể"

Thấy được: Mỗi mỗi hiện tượng đang trọn vẹn nhiệm vụ của nó, đồng đều cùng phát ra những làn sóng muôn mầu. Đó chính là: Năng Lực Vi Diệu Vô Hình không ngần mé, cũng là hào quang muôn sắc, bình đẳng như nhau. Nhưng vì chúng ta không biết nên gán gọi nó là Từ Lực, Lực Trường, Năng Lượng, để giới hạn chúng trong Thế Giới Nhị Biên Tương Đối!

Có biết đâu tất cả đều do:

Từ cái vốn Vô Vi, phát minh ra toàn bộ Hữu Tướng
Vậy: *Vô Tướng là Cha Mẹ của Hữu Tướng*
Thì: *Hữu Tướng Vô Tướng phải là Một*
(Bát Nhã Tâm Kinh)

Cho nên:
Tính không thể rời Tướng, Tướng không thể rời Tính
(Kinh Lăng Nghiêm)

Và:
Sắc chính là Không (*Sắc Thân và toàn Vũ Trụ Vạn Vật*),
Không chính là Sắc (*Không là Chân Không Vi Diệu*)
(Bát Nhã Tâm Kinh)

Vì vậy:
Tâm không thể rời Thân,
Thân không thể rời Tâm
(Kinh Lăng Nghiêm)

Tức là cái vốn *Vô Tướng Vi Diệu* vừa ẩn mật là **Tâm,** lại vừa nhiệm mầu hóa hiện *muôn Hình Tướng* là **Thân,** và Vạn Vật để hữu dụng cho Thế Gian!

Đã gọi là Hiện Hóa thì dĩ nhiên không tồn tại. Nhưng người đời không hiểu nên đã chấp thật và gán cho chúng là có thật sự: "**Sinh, Trụ, Dị, Hoại**!". Vì vậy mà phải bị "**Sinh, Trụ, Dị, Hoại**" chi phối!

Chúng ta thường chấp thật rằng:

Khi Hóa Hiện thì gọi là Sinh
Khi Biến đi thì gọi là Tử

Thật ra Cha Mẹ của chúng là Vô Tướng, thì toàn thể chúng cũng phải là Vô Tướng! mà đã Vô Tướng thì làm sao mà Chết được? Cho nên khi chúng Biến Đi là để hiện hóa ngay một hình tướng khác, chứ không phải Biến Đi là hết, là Chết. Cái Bản Thể của chúng là *Chân Không* vẫn thường hằng có mặt, không hề Biến mất, cũng không hề Chết bao giờ! chỉ vì trong cái Chân Không ấy, có cái Tính Vi Diệu, nên nó thường thiên biến vạn hóa không ngừng nghỉ... Vì vậy mới gọi nó là "**Chân Không Diệu Hữu**" không rời Thế Gian Pháp! nếu nó rời hẳn Thế Gian, thì không thể gọi là "Chân Không Diệu Hữu" bởi:

Chân Không tức là "**Tính Không**",
Diệu Hữu tức là "**Sự Vi Diệu**" nên Hóa Hiện Vạn Pháp.

Cũng vì Bản Thể của Chân Không là Pháp Giới Tính, và vì nó có "**Tính**" như thế, nên mới *luôn luôn trùng trùng Duyên Khởi: Hiện/Biến, Biến/Hiện chẳng ngừng* (Kinh Hoa Nghiêm). Nhưng cho dù cái Tính đó có Biến Hiện ra sao, muôn hình vạn trạng sai biệt đến thế nào chăng nữa, thì cũng mặc, đừng sợ hãi! chúng ta chỉ cần nhớ rằng: nguồn gốc của chúng là cái "**Vô Tướng Thuần Nhất**". Nó luôn có sự Vi Diệu Nhiệm Mầu! mọi hiện tượng của chúng là Toàn Vũ Trụ, đều từ cái "**Chân Không Diệu Hữu**" hiện hóa ra nên không thể Chết được!

Vì:

Đã là Chân Không, thì Không Chậm /Không Nhanh.
Đã là Chân Không, thì Không Nặng /Không Nhẹ.
Đã là Chân Không, thì Không Sinh /Không Tử.
Đã là Chân Không, thì Không Phải /Không Trái.
Đã là Chân Không, thì Không Đẹp /Không Xấu.
Đã là Chân Không, thì Không Hơn /Không Kém.
Đã là Chân Không, thì Không Giầu /Không Nghèo…

Bằng con mắt Bát Nhã, người đã Ngộ sẽ thấy rất rõ:

Ngay ở cái Hữu Tướng đã chính là Vô Tướng,
Và *ngay ở cái Vô Tướng đã chính là Hữu Tướng* rồi.

Chứ không cần phải chờ cho cái Hữu Tướng này diệt đi rồi mới thấy, và bảo nó là Vô Tướng! nếu vậy thì cái Vô Tướng đó chỉ là cái "**Vô Tướng của Đoạn Diệt**", tức cái **Chấp Thật là Có** hay **Thật là Không** của thế gian!

Chúng ta không thể xác định, và bắt nó ở trong tình trạng theo sự tác ý của mình; nghĩa là bắt nó phải xác định một cách rõ rệt là **Thật** hay là **Giả**! nếu cứ tưởng tượng mà bắt nó theo cái tác ý của Tâm Thức Phân Biệt thì muôn đời muôn kiếp chính mình chôn vùi mình trong mê mờ đối đãi: Phải/Trái, Thật/Giả, Có/Không mà thôi! chứ muôn cảnh, muôn vật nào có ảnh hưởng dính dáng gì đến cái mê muội, tác ý đó của chúng ta.

Do lẽ ấy, các Khoa Học Gia có tiến bộ tới đâu mà vẫn dùng Bộ óc giới hạn, tức dùng hệ thống thần kinh của Lục Căn và nhờ vào năng lực của Lục Căn để tìm hiểu hiện tượng của Vũ Trụ, thì chỉ là luẩn quẩn trong Tâm Thức Nhị Biên! vì không gì khác là cứ lấy vật chất Tương Đối làm công cụ, lấy bộ óc Nhị Biên để phân tích... (tức chỉ dùng mãi cái Duy Vật Luận thôi) thì càng tìm, lại càng lạc! để rồi đi đến kết luận là chẳng có được cái gì ngoài con số Zero (là cái tưởng tượng Nhị Biên của bộ óc). Còn cái nguyên thủy vừa Diệu vừa Minh, tức cái nhiệm mầu: "**Sắc là Không, Không là Sắc**" chính là Cha Mẹ Đẻ thì bỏ quên mất! để chỉ biết chạy theo một chiều là vật chất mà nghiên cứu, hầu mong có lời giải đáp chính xác thì chẳng khác nào nấu cát mà đòi thành cơm!

Căn cứ theo Kinh Bát Nhã:

Nếu đã từ cái vốn Vô Vi phát minh toàn bộ Hữu Tướng, thì toàn bộ Hữu Tướng này chính là cái Vô Tướng Tuyệt Diệu rồi! đâu còn cần tìm tòi chi nữa, mà chỉ cần nhớ rằng *muôn sự ở đời chỉ là sự Vi Diệu Biến Hiện của Chân Không Diệu Hữu mà thôi*, nên:

"Vô Tướng không bao giờ rời Hữu Tướng
Hữu Tướng không bao giờ rời Vô Tướng"

Và cũng nên hiểu rõ là

"Có Hiện thì phải có Biến"

Vậy khi Hữu Tướng hoại là để trở về ngay cái Vô Tướng! thì vẫn chính là nó, vẫn là cái tính trùng trùng duyên khởi không ngưng nghỉ từng sát na, rất vi diệu… Tất cả chỉ là đổi thay mà hiện hóa ngay một Hữu Tướng khác để hữu dụng cho đời! vậy có ai Chết đâu? Và các Khoa Học Gia còn cần đi tìm cái gì để tốn kém tiền bạc và công sức vô ích mãi...

Rất giản dị, xin nhấn mạnh và nhắc lại một lần nữa, hãy quay về với chính Thân Tâm mình là bằng cách lấy độc trị độc! tức tự chọn một câu Công Án thích hợp làm công cụ, làm Công Phu mới có thể đi vào được cái Vô Tướng là Thức Số Tám, tức chỗ Vô Thủy Vô Minh! cũng là toàn thể Thân Tâm mình: mà khám phá, mà truy lùng, mà phá vỡ cái **"Chấp Không"** của Vô Thủy Vô Minh ấy đi, để nhận ra **Mình Là Ai?** thì tự động sẽ biết rõ Vũ Trụ Vạn Vật từ đâu đến. Cái giây phút nhận ra mình ấy, gọi là "Giác Ngộ"

Vậy muốn chính mình Giác Ngộ để Thật Chứng thì phải Thiền! Thiền sao cho đúng phương pháp thì mới có kết quả.

Thiền Trực Chỉ thì không đi loanh quanh và không dài dòng thêu dệt. Còn nếu cứ đi loanh quanh và cứ thêu dệt mãi, là vẫn còn trong Tâm Ý, và Ý Thức, tức không bao giờ vào được Thế Giới của Chân Không Tuyệt Đối. Nó chính là Cha Mẹ Ruột của Vũ Trụ Vạn Vật. Cái này nó vượt ra ngoài bộ óc luôn luôn bận bịu suy nghĩ, đắn đo của chúng ta.

Và nó Siêu Việt:

Hữu Hạn /Vô Hạn
Hữu Tướng/Vô Tướng
Bất Biến/Khả Biến
Diện Tích Rộng/Hẹp
Thể Tích Lớn /Nhỏ
Trọng Lượng Nặng/Nhẹ
Thời Gian/Không Gian
Tương Đối/Tuyệt Đối

Nó cũng tự bặt đi mọi Danh Từ, Lời Nói, bặt đi mọi tranh luận cãi bàn. Dĩ nhiên nó Bình Đẳng không có đẳng cấp. Khi cần dùng thì liễu liễu vô ngại, còn khi không dùng thì thường hằng vẫn đấy! chứ không hề rời Vũ Trụ Vạn Vật Thế Gian bao giờ.

Đúng là:

Phật Pháp không rời Thế Gian Pháp
Tính không rời Tướng
Tâm không rời Thân
Lý không rời Sự
Thực Hành không rời Lý Thuyết
Lời nói đi đôi với việc làm
Vật Chất không rời Phi Vật Chất
Sức Sống, Năng Lượng như nhau, ẩn mật Vi Diệu đồng đều!

Cũng là vượt:

Mạnh hay Yếu
Hơn hay Kém

Nhanh hay Chậm
Nhiều hay Ít

Mỗi mỗi: Phi Tướng/Hữu Tướng, Sắc/Không, Không/Sắc đều đang phục vụ trọn vẹn cho đời với toàn năng lực vi diệu của chúng! và đều có giá trị Bình Đẳng bằng nhau, nên các khoa học gia không cần phải tốn công sức, tiền tài một cách vô lý mãi, để đi tìm Vũ Trụ Loài Người từ đâu đến nữa! mà chỉ cần đem tài năng trong khoa học đóng góp cho: xã hội, quốc gia và đời sống của Nhân Loại sao cho được thoải mái, hạnh phúc trong việc xử dụng những phương tiện máy móc… là những nhu cầu, cho sự tiện nghi hơn mà thôi, chứ không nên dùng khoa học để lạm dụng năng lượng của muôn hiện tượng trong Vũ Trụ, mà đi vào việc bất thiện: bon chen, tranh đua hơn kém, gây nên chiến tranh và chết chóc để rồi tạo Nhân Quả và Nghiệp Báo.

Tuy nhiên các ngài khoa học gia cũng chỉ cần một bước tiến nữa là: thay vì với sự nỗ lực suy tư về đối tượng là một vật khảo sát, hay thí nghiệm cho một mục đích. Thì nay chỉ chuyển việc suy tư thành sự tham hỏi về đối tượng ấy mà thôi. Nếu được như vậy thì cũng chẳng khác gì một Công Án để mà có nghi tình; có nghĩa là các ngài tự tham hỏi không ngừng nghỉ về: "Cái thí nghiệm mình đang làm, hay cái mục đích mình muốn thành công ấy". Nếu cứ tham hỏi mãi sẽ có nghi tình… và dù đã có nghi tình nhưng vẫn nỗ lực tiếp tục mà tham hỏi đến độ nghi tình đó sẽ thuần nhất, và thành khối thì tự động mục đích sẽ được giải tỏa.

Khoa học và Thiền gần giống nhau, nhưng chỉ hơi khác là Khoa học thì cứ áy náy, suy tư và phân tích mãi về đối tượng của mình. Còn Thiền thì cũng băn khoăn, áy náy về câu hỏi nhưng không suy nghĩ, không phân tích, không đoán mò để giải đáp Công Án! mà chỉ phải tham hỏi đến độ mình với Công Án là một, thì cuối cùng là đạt được mục đích giác ngộ, dù không muốn cũng không được.

Kết luận: *Khi đã Giác Ngộ thật sự thì Toàn Thức của Toàn Thân tự chuyển thành Toàn Trí, nên chúng ta không thể vứt bỏ cái Thân và Thế Giới hiện hữu này đi đâu được!* vì Toàn Thân thành Trí Tuệ Bát Nhã từ: Bộ óc cho đến Lục Phủ, Ngũ Tạng, Xương, Da, Lông, Móng, Máu Mủ, Nước Bọt, Nước Tiểu, Phân,v.v... Do đó mà trong Kinh nói: "**Thân Người quí biết bao!**" nên phải có nó với đầy đủ Sáu Căn trọn vẹn, thì mới có thể Tu Hành để nhận ra cái Chân Lý Giải Thoát Sinh Tử là thế đó! cũng là nhận ra Vũ Trụ Loài Người đến từ đâu? Đúng y như lời của Đức Phật đã dạy trong Kinh Điển cách đây gần ba ngàn năm:

"*Không có chỗ, không có nơi! Nên không thể **Đến***"
Vì: "*Không có nơi, không có chỗ như thế, nên cũng không thể **Đi*** "

*

Chú Giải về Thức và Trí:

Tiền Ngũ Thức: Nhãn Thức, Nhĩ Thức, Tỷ Thức, Thiệt Thức và Thân Thức (thuộc về Thân).

Thức số 6: Ý Thức, là Thức Nhị Biên luôn luôn phân biệt Trần Cảnh.

Thức số 7: Mạt Na Thức, chính là Bản Ngã (Ego, tiềm ẩn bên trong).

Thức số 8: A Lại Gia Thức, được ví như một cái Kho. Nó ghi nhận và chứa mọi hạt giống Thiện/Ác của Thân, Khẩu, Ý để tạo thành một dòng Nghiệp Lực Bất Biến. Nó liên tục từng Sát Na với các Nghiệp để định đoạt, an bài cho chúng ta đi vào Lục Đạo.

Khi Giác Ngộ thì **Bát thức chuyển thành Tứ Trí**

1. Tiền Ngũ Thức chuyển thành "Thành Sở Tác Trí"
2. Thức Số 6 chuyển thành "Vô Phân Biệt Trí" hay "Diệu Quan Sát Trí"
3. Thức Số 7 (Mạt Na) chuyển thành "Bình Đẳng Tính Trí"
4. Thức Số 8 (A Lại Gia) chuyển thành "Đại Viên Cảnh Trí"

Chú ý:

Mọi danh từ: *Vô Hạn/ Hữu Hạn, Tương Đối/Tuyệt Đối, Đến/Đi, Thực Thể/Hư Thể, Hữu Tướng/Vô Tướng, Mạnh/Yếu, Hơn/Kém, Nhanh/Chậm, Nhiều/Ít, Sống/Chết, Ra/Vào, Đập vỡ, Phá hủy, Quét sạch, Tan tành* ... đều chỉ là phương tiện, cũng là giả danh.

*

Vi Diệu

Vũ trụ bao la thật nhiệm mầu
Trời xanh, mây trắng tận nơi đâu?
Núi sông hùng vĩ, vô bờ bến
Rừng lá hoa đầy, nước mấy sâu?

Huyễn hóa làm sao, cõi nước này
Sao dầy, trăng đẹp dệt, ô hay!
Hoa xinh lộng lẫy, khoe mầu sắc
Cây trái xum xuê, thật đủ đầy

Ai giăng mây tím, gió hây hây?
Ai tô lá thắm, én lượn bay?
Không, hành, thủy, lục đầy nguồn sống
Chim hót, người ca, chi sánh đây?

Vi diệu, linh thiêng đến thế này!
Muôn mầu, cảnh vật tuyệt siêu thay
Bàn tay huyền diệu: Ồ vẫn đấy!
Cực lạc là đây, ai có hay?

Năng Lực Vi Diệu

Công năng tự động, tự hiện, vi diệu triền miên
Khắp muôn loài, ngay muôn vật, linh hoạt, hiển nhiên
Toàn bộ sức sống nhiệm mầu, rõ siêu hình tướng
Vô lượng, vô hình, mà sao tác dụng vô biên!

Nhưng phải:
"Tu, tu sao Bát Thức chuyển thôi, thành Tứ Trí
Thì thực tướng phơi bày, toàn là năng dụng, chân không
Phải chính, chính em, chính cỏ dại, chính bông hồng?
Phải vũ trụ năng toàn, hằng hiển hiện, dung thông?"

Lăng Nghiêm Kinh: "Tính là Tướng, Tướng cũng là Tính"
Bát Nhã Tâm Kinh: "Không là Sắc, Sắc chẳng khác Không"
Thực thể, Hư thể cùng rỗng lặng một Tính Không
Hỏi: "Mười phương còn khác? Và Chân Không có đồng?"

Vậy nếu còn:
"Chút vướng mắc gì cũng khó, khó vượt tử sinh
Dù bụi nhỏ như Hư Không, vẫn vương vướng mình
Làm sao mà hợp Giác Minh, vạn năng, vạn pháp?
Làm sao siêu thời gian, không gian, siêu tướng, hình?"

Sao Gọi Cõi Sa Bà?

Muôn loài vật quanh ta
Hiện hữu từng sát na
Sao nhiệm mầu vi diệu?
Ngay đây cõi Sa- Bà!

Chiêm ngưỡng từng cảnh lạ
Kính cẩn nghe điệu ca
Tinh vi siêu việt quá
Tuyệt thay cõi Ta- Bà!

Sinh động, lại hài hòa
Từng nhịp múa mưa hoa
Gió lùa tô mầu sắc
Vạn vật tươi mượt mà

Kìa ai cất tiếng ca?
Giữa đại địa sơn hà
Ai vừa xòe tay múa
Giữa không tịch bao la

Chẳng hôm nay, hôm qua
Động tịnh từng sát- na
Khắp muôn loài muôn vật
Mà tịch tĩnh, không ngoa!

Ai chê cõi Sa- Bà
Vì chưa hiểu sâu xa
Cõi này không tên tuổi
Ngoài gán ghép ba hoa

Vẫn Tâm này mà ra
Khi mê ta là ma
Khi ngộ Pháp Giới Tính
Sao gọi cõi Sa Bà?

Mê Tín Dị Đoan

Tại sao Đức Phật lại cấm chúng ta Mê Tín Dị Đoan? Và ngay cả những ai đã học về thần thông rồi đem áp dụng và trụ vào thần thông, là cái cao hơn Mê Tín Dị Đoan rất nhiều cũng đều bị Đức Phật quở!

Vì tất cả những thứ ấy đều là tà, không phải chính. Nếu chúng ta không chịu mở mắt ra mà cứ nông cạn, hồ đồ, ai nói đâu sâu đấy! không chịu học hỏi để tìm hiểu về Chính Pháp, về Chân Lý Giác Ngộ, thì muôn đời, muôn kiếp vẫn cứ đắm chìm trong phiền não và trôi lăn mãi trong sinh tử mà thôi.

Đức Phật là Đấng Đại Giác đã đem kinh nghiệm Giác Ngộ của chính Ngài ra, để chỉ dạy cho chúng ta bằng nhiều đường lối giải thoát sinh tử. Căn cơ của bất cứ ai cũng đều có thể hợp với một trong những đường lối mà Ngài đã vạch ra rất rõ ràng ấy. Đó là tám mươi bốn ngàn pháp môn: là Chính Pháp, là Chân Lý, là con đường giải thoát chân thật rốt ráo, tuyệt vời.

Tám mươi bốn ngàn pháp môn, là những phương tiện xuất phát từ Trí Tuệ được cô đọng lại thành bốn đại loại như sau:

Tịnh Độ Tông
Mật Tông
Thiền Giáo Môn
Tổ Sư Thiền (Niêm Hoa Thị Chúng, Giáo Ngoại Biệt Truyền)

Và những lời Phật dạy là những kinh điển, nhiều vô số không thể kể xiết trong mười hai Đại Tạng Kinh sâu rộng vô ngần mé... không thể nghĩ, cũng không thể bàn luận qua sự thông minh, hiểu biết thường tình của bộ óc thế gian được!

Những kinh điển đó là những tấm bản đồ, là cứu cánh giúp chúng ta vượt thoát khổ đau: Sinh, Lão, Bệnh, Tử, và vượt ra ngoài Tam Giới: (Dục giới, Sắc giới, Vô sắc giới); Sáu nẻo (Trời, người, A Tu La, ngã quỉ, súc sinh, địa ngục).

Quả đúng như vậy, nếu những ai chịu khó học hỏi, chịu khó hành trì, thì có đi là có đến, còn không đi thì không đến! cũng như ai tắm nấy mát, ai ăn nấy no, không có ai tu hộ cho ai được. Nếu tu hộ được, thì Đức Phật đã cứu vớt tất cả chúng sinh rồi. Ngài chẳng để cho chúng ta phải khốn khổ với bao nhiêu là nước mắt, hết sống lại chết mãi như thế.

Khi tu đúng đường lối chính pháp thì mọi tật bệnh, tai ương, dù có nguy hiểm, có nặng tới đâu cũng sẽ thành nhẹ, còn nếu nhẹ thì sẽ hết. Nếu cứ thế mà tinh tấn mãi, là đi sâu hơn, tu giỏi hơn thì sẽ tự động vượt hết mọi: hên/xui, sang/hèn, cao/thấp, có/không, giầu/nghèo, và cả sinh/tử. Để rồi lúc nào cũng được tự tại, an lạc vì đã nhận ra được Bản Thể của mình đúng như Đức Phật đã nói rằng:

"Ta là Phật đã thành, chúng sinh là Phật sẽ thành"

Tại sao Ngài lại nói thế?

Vì muôn loài, muôn vật đều có Phật Tính, nhưng vì vô minh quá sâu dầy, che lấp mất Phật Tính ấy mà thôi. Khi đã hiểu, đã có đường lối chính pháp, thì chúng ta chỉ việc thực hành cho thật nghiêm chỉnh, thật siêng năng, thật nỗ lực, thì lo gì cái màn vô minh che lấp Chân Tâm ấy không tan rã! để Chân Tâm Phật Tính sẵn có tự ló rạng ra, là chúng ta đã tự độ được mình, và sẽ độ được muôn loài, muôn vật chúng sinh.

Tu theo chính pháp sẽ được kết quả siêu việt như thế, thì tại sao chúng ta lại tốn thì giờ đi loanh quanh, lẩn quẩn trong u mê, tăm tối! và đi tin những mê tín, dị đoan là tà pháp như: bùa ngải, bói toán, tướng số; cầu xin ma quỉ, thiên linh, địa cái, thần thánh, đốt vàng đốt mã, gọi hồn; xổ quẻ, xin xâm; kiêng kỵ tốt xấu, xông nhà, xông đất, ra ngõ gặp trai, gặp gái, tuổi hợp, tuổi kỵ, tuổi xung, ngày xui, ngày hên, giờ "trùng" (là nếu người nào hợp với tuổi của người mới chết, sẽ bị người chết ấy bắt chết theo). Cho con gà đánh thức, hướng dẫn linh hồn trong ngày mở cửa mả, rồi lại còn bắc thang cho linh hồn người chết leo lên!

Sau đây là những thắc mắc cần được suy tư, để chúng ta không còn nông cạn, và cũng không còn là người ba phải nữa:

* Nếu quả thật bói toán để biết trước, và biết rõ, giỏi đến thế thì các vị thầy bói, thầy số ấy phải toàn là những nhà tỉ phú, vì biết rõ những cơ hội làm giầu… Nhưng tại sao họ vẫn không phải là tỉ phú; và chính họ cũng không tránh được mọi bệnh tật, tai nạn và chết chóc?

* Về việc đốt vàng, đốt mã cho người chết, có phải là chúng ta tin chắc rằng: "Mọi người chết, ai cũng đều là ma chăng?". Và liệu họ có dùng được những vật dụng bằng giấy đã được đốt đó không?

* Ai là người viết ra những lời trong quẻ sâm? Phật viết? Thánh viết? Hay do con người bày vẽ ra?

* Vợ chồng cưới nhau, chọn tuổi hợp, ngày giờ tốt, nhưng sao vẫn không hòa thuận, thậm chí nhiều cặp phải ly dị!

* Mười hai con Giáp: Tí, Sửu, Dần, Mão, Thìn, Tỵ… sao tuổi nào cũng than van, khổ sở, khóc lóc, mất mát và chết chóc?

* Đi thi mà không chịu học bài thì làm sao thi? Không thể đi cầu, đi xin hay tự nhiên hên để mà thi đỗ được!

* Làm việc mà không siêng năng, tận tâm, thì cũng khó hên để thành công!

* Làm Lễ Nhập Quan cho người chết, mà vào giờ "trùng" thì những ai hợp tuổi với người chết ấy là phải đi trốn! vì sợ người chết đó bắt? Những người tin như thế không biết rằng: cái Tâm Thức, cái Linh Hồn, cái Thân Trung Ấm, hay cái Tính Linh của người chết ấy rất nhậy bén. Nó có khả năng nhìn xuyên qua tường, xuyên qua đầu người. Sự Thấy, Nghe của nó cùng khắp vũ trụ, sự di

chuyển cũng rất mau lẹ; đến, đi trong sát na, vì là cái thân phi vật chất! vậy thì những người hợp tuổi với người chết đó trốn đâu cho thoát?

* Mở Cửa Mả lại nhờ con gà hướng dẫn, mà con gà là con súc sinh bị đọa, thì làm sao nó giúp được cho ai?

* Bắc thang cho Linh Hồn người chết leo lên, thì Linh Hồn là cái vô tướng, không thể leo lên hay leo xuống như người thế gian có hình tướng được!

Sự thật là thế! Tính Linh của người chết có thể đọc được tư tưởng của chúng ta, nhìn thấu và rõ biết được những ai thương thật, thương giả, ai khóc thật, khóc giả, những ai tới thăm viếng, tang chế làm ra sao? Các Minh Sư tới độ, ai thanh tịnh, ai không thanh tịnh, tụng niệm cái gì, khai thị những gì… người chết ấy đều thấy, nghe không sót một chi tiết nào hết, vì họ có Thần Thông, có Tha Tâm Thông gần như vô ngại! nhưng vẫn chỉ là "Nghiệp Thông"; nhưng dù là "Nghiệp Thông" mà còn tinh nhuệ, sắc bén đến thế, thì liệu họ có dại khờ để nghe và làm những việc vô lý, dị đoan mà người đời bày vẽ ra không?

Đại khái chúng ta thấy rõ những cái mê tín dị đoan vô lý như vậy, không hợp với thực tế, không hợp với khoa học, và dĩ nhiên đi ngược lại với Chân Lý!

Tất cả là do Vọng Tưởng Vô Minh, rồi Duy Tâm Sở Hiện! chúng ta tự điên đảo, thêu dệt, biến cái Chính thành cái Tà, biến Tâm Phật thành Tâm Chúng Sinh! để tự tạo tội, tự tạo ác nghiệp và tự chiêu cảm chính mình, trong Luân Hồi Sinh Tử đời đời, kiếp kiếp...

Muốn ra khỏi vòng Luân Hồi Sinh Tử ấy thì chỉ có duy nhất một con đường để đi, đó là con đường Chân Lý Giải Thoát. Con đường này Chân Thật, Trang Nghiêm, Đạo Đức, Vi Diệu, Nhiệm Mầu, và Siêu Việt, như đã được trình bày sơ lược ở ngay phần đầu của đề tài này.

Tỉnh Mộng Đi Thôi

Theo Thiền Sư Duy Lực, không có một ai có thể chen vào những giấc mộng của ai để mà khuyên bảo hay giải quyết gì được, mà phải chính người ấy tự ngủ và tự tỉnh mộng mà thôi. Thật vậy, khi chúng ta đang ngủ mơ, mơ những gì, dù là giấc mơ đẹp nhất hay hãi hùng nhất thì người ngoài cũng không thể xen vào giấc mộng ấy để mà chia xẻ: những cái hay, cái đẹp, hoặc để cứu chúng ta ra khỏi những nguy hiểm, tai biến khi chúng ta đang trong cơn mơ.

Qua những cơn mộng mơ ngắn hàng đêm, chúng ta còn có cơ hội tự tỉnh, tự thức dậy được vì đó chỉ là ***Chiêm Bao Nhắm Mắt***. Còn cơn mộng dài vô cùng tận, khó mà chấm dứt, chúng ta phải giáp mặt, phải đối diện hàng ngày không thể tránh được. Đó là cơn mộng đời, chính là ***Cơn Trường Mộng*** phải mở mắt! Thiền Sư Duy Lực gọi nó là ***Chiêm Bao Mở Mắt***.

Tại sao gọi là mở mắt chiêm bao?

Vì mọi sự vật trên cõi đời này, ngay cả thân của chúng ta đều không tồn tại, không vĩnh cửu, không thể nắm bắt được! đã không thể nắm bắt được thì có khác gì mộng, có khác gì mơ? Khi chiêm bao nhắm mắt còn không ai có thể chen vào được để mà giúp chúng ta tỉnh thức thì huống chi là chiêm bao mở mắt! hay chính chúng ta đã tự mê thì cũng chính chúng ta phải tự tỉnh, không gì khác được.

Trong cơn mộng đời hay trong cơn "chiêm bao mở mắt" dài này hỏi có chi lạ? Và có cần phải tỉnh mộng để thoát ra ngoài nó không?

Thưa: cũng còn tùy, vì có nhiều người rất ưa thích cái trò luân hồi, sướng khổ của cuộc đời. Trái lại cũng rất nhiều người chán ngán mọi phức tạp, khổ đau của thế giới tương đối này! nên khi phải đối diện với nó đã nhận ra rằng: "cuộc đời không có cái gì ngoài sự tranh dành, hơn thua, buồn vui, yêu ghét, sang hèn, sinh tử..." cho nên mới muốn được giải thoát ra ngoài cơn trường mộng hãi hùng ấy.

Như đã nói ở trên, dù là mộng dài hay mộng ngắn, đều phải do ***chính mình tự thức tỉnh!*** bởi thế nếu muốn **tỉnh giấc mộng dài** đằng đẵng này, thì chỉ có một cách duy nhất là chúng ta hãy tạm tìm cho mình một phương tiện thích hợp nào đó để đi từ ***thế giới tương đối*** mà vào **Chân Lý Tuyệt Đối**. Chân lý ấy đã sẵn có trong muôn loài, muôn vật chúng sinh nhưng chỉ vì chúng ta chấp thật có ngã, thật có pháp và ham cái trò vô minh, nên mới quên mất nó! nay tạm dùng phương tiện để quay lại với nó thì mới xong. Khi xoay ngược được dòng đời để rồi trực nhận ra **Chân Tâm** của chính mình! thì cái giây phút trực nhận ra ấy gọi là Kiến Tính hay Giác Ngộ, và cũng là chúng ta đã tỉnh được ***"Cơn trường mộng mở mắt"*** vô cùng điên đảo, phiền não đó.

Cái tạm gọi là **Chân Lý, Chân Tâm** ấy, nó không phải là pháp hữu vi mà cũng chẳng phải pháp vô vi:

Nó không phải là pháp hữu vi (là thật có) để cho chúng ta tu học được, chứng đắc được! vì nếu có tu, có chứng được thì nó là pháp hữu vi (tức chấp thật ***có hữu vi***) thì Diệu Tính này chẳng phải cái "***vốn vô vi, vốn vô sinh***"; bởi nếu có chứng có đắc là còn có Sinh.

Nó cũng không phải pháp vô vi (là thật không) để cho chúng ta tu và chứng diệt (là về một cõi hư vô, là chấp thật *có pháp vô vi*), thì Diệu Tính này chẳng phải là cái "*vốn vô diệt, vốn vô tử*", cho nên nếu có chứng diệt là còn có Tử.

Do đó, mới tạm gọi nó là Chân Lý *vượt ra ngoài cả vô vi lẫn hữu vi*. Bởi vì nếu còn có chứng, còn có đắc là còn có Sinh; chẳng có chứng, chẳng có đắc mới thật là Vô Sinh, mà đã vô sinh là Vô Tử.

Chân Lý này đức Phật tạm gọi là **Phật Tính** và mọi tôn giáo cũng đều có cái tên riêng để đặt và gọi nó! nhưng dù đặt tên gì chăng nữa thì cũng không thể nào ra ngoài được cái **Tướng mà Vô Tướng, Vô Tướng mà lại là Tướng**, tức cái Thật Tướng của Bát Nhã, tự nó trọn vẹn:

Trí tuệ vô ngần mé
Lòng từ bi vô lượng
Sự bình đẳng tuyệt đối

Trong thực tế, chẳng ai lại không nhận ra rằng: vì có trí tuệ mới có từ bi, bình đẳng; và có từ bi, bình đẳng là có trí tuệ. Vậy thì **Trí Tuệ, Từ Bi, Bình Đẳng là "Một"**. Tạm gọi là một thôi, vì trong chân lý không có cái gì là một, không có cái gì là nhiều, và cũng không có cái gì là thời gian, là không gian, nhưng nó lại cũng không rời vũ trụ vạn vật bao giờ. Nó là Vô (**không**) nên Vô Tướng, và vì Vô Tướng nên mầu nhiệm thiêng liêng. Nó lại là hữu (**có**) nên vi diệu hiện Tướng để thể hiện hữu dụng. Sở dĩ nó hiển hiện ra công dụng ở thế gian như thế chỉ vì **Bản Thể của nó Ẩn Mật**! cho nên chúng ta gọi nó là Diệu Lý. Cái Diệu Lý ẩn ẩn, hiện hiện này nó phi hữu, phi vô, cũng là cội gốc của muôn pháp trong vũ trụ thế gian này.

Sau đây tạm có sáu cách khá thực tế để chúng ta có thể tỉnh được "Cơn Trường Mộng Mở Mắt" quá ư là phức tạp này:

1. Chấp Nhận Sự Thật một cách chân thành và hiểu biết, để rồi giải quyết trong an hòa, sáng suốt, không làm tổn thương ai, và không than trời, trách đất về mọi hoàn cảnh tốt, xấu đang diễn tiến ấy! vì đó là cái nghiệp quả do chính mình đã gieo nhân.

2. **Sám Hối** về mọi sự việc, mọi hoàn cảnh tốt xấu:

Sám Hối khi chúng ta được ở hoàn cảnh tốt

Sám hối cho thân, khẩu, ý trong từng giây, từng phút về những tội lỗi chẳng hạn như chấp thật: mình đẹp, mình cao sang hơn người về mọi mặt để rồi ngạo mạn, vênh váo, và nhìn đời bằng nửa con mắt! thay vì làm cái việc ngớ ngẩn, tội lỗi ấy thì chúng ta hãy dùng hoàn cảnh nhiều phước báu này làm bàn đạp để tu, để thăng hoa.

Sám Hối khi chúng ta ở hoàn cảnh xấu

Xin sám trừ cho thân, khẩu, ý trong từng sát na về những tội lỗi đã lỡ phạm từ vô thủy tới nay; và những lỗi sau nếu còn có ý tái phạm thì phải cải hối ngay để được tiêu tai nghiệp chướng. Thường thì hoàn cảnh xấu dễ dẫn chúng ta vào Đạo. Nên hãy dùng hoàn cảnh xấu hiện tại đây để tiến tu, để được giải thoát mọi phiền não và sinh tử.

3. Biết Ơn: Hãy biết ơn trong mọi hoàn cảnh xấu cũng như tốt. Vì nhờ nó mà chúng ta được sáng mắt hơn, hiểu biết hơn, và cũng vì nhờ nó mà chúng ta chịu tu hành, chịu buông bỏ mọi vướng mắc của đời để tiến tới **Chân, Thiện, Mỹ.**

Biết ơn khi ở hoàn cảnh tốt

Có rất nhiều người vì quá giàu sang, phú quý, quá đầy đủ, quá thành công ở đời, mà lại rất dễ buông xả mọi thứ ấy để tiến vào con đường Đạo.

Biết ơn khi ở hoàn cảnh xấu

Cũng có rất nhiều người vì cuộc đời quá đau khổ nên dễ chán nản, dễ buông bỏ để đi tìm chân lý giải thoát.

4. Thề Bồi Phát Nguyện Sửa Đổi

Nên thề bồi phát nguyện để sửa chữa mọi lỗi lầm, mọi thói hư, tật xấu của thân, khẩu, ý trong từng giờ, từng phút, trong mọi sự việc, mọi hoàn cảnh xấu cũng như tốt. Vì có sự thề bồi là có phát nguyện, có mục đích; mà đã có phát nguyện, đã có thề bồi là đã có sự sợ hãi, và khi có sợ hãi thì tự động sẽ dũng mãnh mà tu sửa.

5. Ăn Chay, Ngồi Thiền, Công Phu

Ăn Chay

Cho sức khỏe của chính mình và cũng là tỏ lòng thương xót chúng sinh.

Ngồi Thiền

Thiền cho miên mật thì từ tán loạn tâm sẽ về nhất tâm, rồi vô tâm; cuối cùng đến giai đoạn vượt cả vô tâm lẫn hữu tâm để tự động siêu thân tâm. Cũng là tự động nhổ được tận gốc tam độc tham, sân, si.

Công Phu

Dùng Trì Chú, Niệm Phật, Tham Công Án, Tham Thoại Đầu làm công phu ngay cả những lúc đi, đứng, nằm, ngồi, làm việc, nghỉ ngơi v.v... Khi công phu không buông lơi sẽ tự động tiến tới giai đoạn Vô Tham, nghĩa là đang Tham một cách quá miên mật, đến nỗi tưởng như không Tham! lúc ấy sự chú tâm đã đến tột độ và nghi tình cũng đã thành khối. Nếu cứ tiếp tục với độ Tham ấy, thì dù không muốn chúng ta cũng sẽ phải biết mình là ai, và khi biết mình là ai, thì coi như đã đạt được mục đích, cũng là đã **Tỉnh Giấc Chiêm Bao Mở Mắt** rồi.

6. Tụng Kinh hay Xem Kinh

Sau khi đã tỉnh mộng thật sự mà vẫn giữ cách chú tâm ấy để đi vào kinh sách của Phật của Tổ, thì sự tỉnh ngộ được viên mãn hơn! vì trong kinh sách có cả triệu triệu, tỉ tỉ Công Án, Thoại Đầu mà chỉ có người đã mở con mắt tâm mới có thể hiểu đúng nghĩa chân lý và đó cũng là môi trường tuyệt diệu để chúng ta tiếp tục tinh tấn, sâu sắc hơn bằng những kinh sách, Công Án ấy.

Ghi Chú

Nói đến Kinh là nói đến lời Phật giảng dạy trong bốn mươi lăm năm, nhiều vô cùng, vô tận... Kinh nào cũng hay, cũng rốt ráo tuyệt vời, nhưng chúng ta có đọc trọn đời cũng không thể hết được! do lẽ đó chỉ nên đọc và đi sâu vào một trong những Kinh có liên quan trực tiếp đến Pháp Môn chúng ta đang theo. Thí dụ như theo "Tổ Sư Thiền" Trực Chỉ Chân Tâm thì có bảy bộ Kinh sau đây rất trực tiếp:

1. Kinh Lăng Nghiêm
2. Kinh Lăng Già
3. Kinh Viên Giác
4. Kinh Pháp Hoa
5. Kinh Kim Cương
6. Kinh Pháp Bảo Đàn (Lục Tổ Huệ Năng)
7. Kinh Duy Ma Cật

*

Tỉnh Mộng Đi Thôi

Hằng sa kiếp rồi, mãi lăn trôi
Cứ lạc loài thôi, quên hết lối về rồi
Ôi thương đau. Trở về mau
Nổi trôi chi hoài, trong biển nước mắt thương đau!

Sao mơ chi mãi? Tỉnh mộng đi thôi
Ôi tiền tài! Ôi danh vọng! Ôi sắc đẹp! Ôi cuộc đời!
Dù lộng lẫy, huy hoàng như ánh sáng mặt trời
Cũng chỉ là bọt sóng, là sương sớm, là vọng thôi

Sao mơ chi mãi? Tỉnh mộng đi thôi
Mơ đến bao giờ mới nguôi?
Mơ suốt ngày đêm!
Mơ hết cả cuộc đời

Muôn kiếp người
Có ai mà không khóc than?
Có ai mà không nát tan?
Có ai mà không hoạn nạn, không mất mát, điêu tàn?

Ôi làm sao
Làm sao tỉnh mộng thật, cho hết chơi vơi?
Làm sao biết đường nào về nguồn, về cội?
Làm sao hết vô minh? Không còn ngu tối?
Làm sao có tự tại, dứt sạch nghiệp luân hồi?

Cứ Thiền đi sẽ biết đường về
Cứ Thiền đi là hết si mê
Thiền, cứ Thiền không còn đau khổ
Thiền tu xong, trọn vẹn muôn bề

Chờ Chi Mà Chẳng Thiền

Phiền não biết bao nhiêu
Nghĩ ngợi chi cho nhiều?
Khiến Thân Tâm căng thẳng
Gây tật bệnh đủ điều

Nào là:
Mất ngủ cứ triền miên
Nhan sắc tàn phai nhiều
Tuổi thọ càng suy giảm
Cuộc đời thật cô liêu!

Đừng chán chường bỏ liều
Đời này vẫn đáng yêu!
Cứ ***Thiền*** *đi là biết*
Mọi tật bệnh đều tiêu

Thân Tâm đến độ siêu
Dung nhan tuyệt mỹ miều
Tuổi thọ tăng, thường lạc
Còn chờ chi không ***Thiền****?*

Ngộ Nhận

Thật là tối nguy hiểm, nếu chúng ta cứ ngộ nhận những giả dối về sự:

Vào định, ra định
Gặp Thần, gặp Thánh
Gặp Quan Âm, gặp Phật
Nhìn thấy hào quang, nhìn thấy cảnh giới này, cảnh giới khác, nghe thấy tiếng nói của Phật, nghe thấy tiếng nói của Quan Âm.
Ngửi thấy những mùi thơm tuyệt vời
Nếm được những vị ngon ngọt chưa từng có v.v…

Tất cả những thứ ấy đều là do "Duy Tâm Sở Hiện" mà ra!

Chỉ vì chúng ta quá khao khát, quá mong cầu khi đang trên đường tu hành với mục đích Chứng Đắc.

Chỉ vì chúng ta còn ở trong Thế Giới Nhị Biên, do cái Vọng Tâm Thức Phân Biệt từ vô thủy: nào là Cực Lạc/Sa Bà, nào là Phật/Chúng Sinh, nào là Có/Không, nào là Thật/Giả…

Ngoài ra, với mọi tập khí Tham, Sân, Si, và đầy dẫy những thói hư, tật xấu giả dối, nên chúng ta không thể nào sống một cách **Chân Thật** với chính mình! chứ đừng nói là chân thật với người. Do đó mà chúng ta hay vờ vĩnh nhận giặc làm con, cho dù biết đấy chính là giặc! cho nên:

Có nhiều người cứ nhận sự ấn chứng không chính xác của Thầy, chỉ vì họ còn tham lam.

Có nhiều người tự ấn chứng cho chính mình về sự Chứng Đắc! chỉ vì họ còn quá nhiều giả dối …

Cũng bởi chúng ta còn ở trong màn vô minh sâu dầy tương đối, nên: ưa le lói, thích lòe thiên hạ, và tự giả dối với chính mình! dù biết rằng nhân quả nghiệp báo không sao tránh được, nhưng vẫn cứ nhắm mắt đưa chân, muốn ra sao thì ra. Tất cả đều là do tự ngã ngu muội mà ra cả.

Còn có rất nhiều người đã tự mình tu học, tự mình hiểu về Kinh, sách của Phật, của Tổ bằng ý kiến riêng của mình, mà không phải là ý của Phật, của Tổ! tức là sự hiểu biết đó chưa được rốt ráo, nhưng đã vội tự ấn chứng cho mình là: vô tu, vô chứng, vô đắc, không có Phật, không có chúng sinh, không có Cực Lạc, không có cõi Sa Bà… Nếu cứ ở trong tình trạng như thế, thì những vị này sẽ ở mãi trong những trường hợp:

Một là bị lạc vào Vô Ký Không

Hai là bị ở trạng thái gàn gàn, dở dở, mà người đời thường gọi là lý sự cùn, đem đầu bỏ xuống cuối, lại đem cuối gắn lên đầu!

Có khi họ căn cứ vào Bát Nhã Tâm Kinh, nhưng lại không hiểu nổi Bát Nhã Tâm là cái gì! nên cứ nói đại rằng: "Ngũ Uẩn Giai Không" tức là Ngũ Uẩn không có gì cả! chỉ vì họ đã hiểu lầm về Bát Nhã Tâm Kinh, nên mới chấp Ngũ Uẩn là **Không** *(tức Vô Ký Không)*.

Và cũng hiểu như thế với hai chữ **Sắc, Không** nên khi tụng:

"Sắc tức thị Không, Không tức thị Sắc"

thì lại vội hiểu rằng: tất cả mọi thứ có Sắc Tướng đều là không có cái gì cả! *(tức Vô Ký Không)*

Căn cứ theo lối suy diễn về Bát Nhã như vậy, nên họ đã nghĩ và phán rằng: "Thiện/Ác đều là không cả!". Cho nên:

Không cần Thiện, cứ Ác có sao đâu?
Không cần Chứng Đắc, vì không có Chứng Đắc!
Không có Phật, nên không cần thành Phật!
Không có Cực Lạc cũng không có Sa Bà, nên chẳng sợ gì cả!

Có biết đâu Đức Phật đã dạy rất rõ trong Kinh Kim Cang:

Phải có Chứng, có Đắc đã, rồi hãy nói Vô Chứng Vô Đắc.
Phải làm toàn Thiện đã, rồi hãy nói vượt cả Thiện lẫn Ác.
Hãy thành Phật đi đã, rồi hãy nói không có Phật để thành.

Tóm lại, trên bước đường tìm Đạo thật lắm gian nguy! vì chỉ sai một ly, là đi một ngàn dặm. Cũng như khi Ngộ Nhận sai về sự Chứng, Đắc là tự đi vào ma cảnh, mà lại tưởng là mình thấy Niết Bàn, thấy Phật, để rồi ngạo mạn, đã tự kiêu hãnh mà lại tưởng là mình từ bi như Bồ Tát.

Trong thực tế, khi chúng ta đang nỗ lực tu hành, thì đương nhiên sẽ có nhiều trạng thái lạ xảy ra không thể tránh, nhưng dù là ở trạng thái nào: thấy ma, thấy người thân đã chết, thấy Bồ Tát, thấy Phật, hoặc nghe thấy cái này, nghe thấy cái kia, ngửi thấy mùi này, ngửi thấy mùi nọ... Tất cả đều là đang ở trạng thái đi sâu vào một trong các Thức: từ Tiền Ngũ Thức cho đến Thức số Sáu, Thức số Bảy, và Thức số Tám! do đó bất cứ là chúng ta đang ở trong trạng thái nào? Siêu tới đâu? Cũng vẫn chỉ là đang ở trong cái **Thức** mà thôi, tức chưa phải là cái **Trí**!

Nếu tu hành tới được trạng thái Vọng Thức đã chuyển thành Trí Tuệ, thì ngay lập tức chúng ta sẽ tự biết mình là ai, và vũ trụ vạn vật là gì?

Nếu quả là cái Trí Bát Nhã thật sự, thì nó phải thường hằng bất biến, chứ không phải là những sự thấy, nghe, ngửi chớp nhoáng về những hiện tượng lạ như chúng ta đã gặp trong khi đang nỗ lực công phu:

Lúc thấy, lúc lại không thấy!
Lúc nghe, lúc lại không nghe!
Lúc ngửi, lúc lại không ngửi!

Sở dĩ những hiện tượng lạ đó không hiện hữu bền bỉ, vì chúng là ma cảnh! còn cái **Thanh Tịnh Chân Thật** kia, là cái vốn sẵn có nên không có sự chớp nhoáng, vô thường như vậy; mà ngược lại nó thường hằng hiện hữu và vi diệu thay, cái ấy nó lại chưa bao giờ rời Thân Tâm chúng ta, và thế giới này! bởi nó là **Tính Chân Thật Thanh Tịnh** nên không hề có một ý niệm điên đảo, chấp chước nào cũng không hề dính mắc vào bất cứ cái gì cả.

Vì: Nếu còn có chút ý niệm nào về Thiện hay Ác, dù ý niệm ấy chỉ là thoáng qua, cũng vẫn còn là cái Vọng Niệm của Thức Tâm phân biệt! chứ chưa phải là cái Trí Tuệ Vi Diệu Nhiệm Mầu, bao trùm vũ trụ vạn vật, tức cái vượt thời gian, vượt không gian, vượt hữu tướng lẫn vô tướng, vượt Thiện vượt Ác, cũng là vượt cả sinh tử mà không rời chúng sinh.

*

Tự Ấn Chứng

Chớ vội đội cho mình một vương mão
Ta ngộ rồi và dẫn dắt lôi thôi
Đừng đặt tên, từ ngữ hỡi người ôi!
Ngộ cái chi, đâu có gì để ngộ?

Cùng Vầng Trăng Soi

Tạm dùng ngôn ngữ mà diễn tả thì thật ra tất cả vũ trụ và muôn loài chúng sinh chúng ta đều cùng chung, và cùng là "**Vầng Trăng Soi**" từ vô thủy! trăng trí tuệ này lúc nào chẳng trong sáng, tròn đầy, và lúc nào cũng tự tịnh, tự định, tự chiếu tỏa.

Chỉ vì vô minh với mọi vọng tưởng giống như những áng mây che khuất mất ánh sáng của vầng trăng ấy mà thôi! chứ mặt trăng thì lúc nào lại không trong sáng và thanh tịnh.

Nếu muốn hết những mây mù, phiền não vô minh ấy, thì chỉ có một cách là phải tu. Hãy tự chọn cho mình một phương tiện thích hợp qua rất nhiều pháp môn của Đức Phật mà tu. Tu làm sao cho hết vô minh, tu làm sao cho vọng tưởng lặn, tu làm sao cho sạch mọi phiền não thì Trăng Trí Tuệ sẵn đó tự hiện ra! giản dị là thế, chứ chẳng có gì là phức tạp cả.

Vậy chúng ta dù vô minh dầy đặc đến đâu chăng nữa, mà chịu khiêm cung, bỏ đi cái ngã chấp để mà tu sửa; chịu học hỏi; chịu tiến hóa thì chẳng khác gì gió thổi mây tan. Tỉ như:

Gió thổi nhẹ thì như tu ít, mây sẽ tan ít
Gió thổi mạnh thì như tu nhiều, mây sẽ tan nhiều
Gió thổi dữ dội như vũ, như bão, thì như tu thật tận lực, thật kiên trì và can đảm; chịu mọi chông gai, thử thách dù gian khổ đến đâu cũng vẫn chẳng sờn lòng thì mây hoàn toàn tan rã.

Nếu chúng ta tu được như thế thì trời quang, mây đãng và Vầng Trăng tròn trí tuệ tự ló rạng, đó gọi là Giác Ngộ, là vượt sinh tử, còn gọi là đã trở về quê cũ, về nhà, hay đã nhận ra Chân Như Bản Tính.

Sở dĩ chúng ta có được cái giây phút dứt mê tức ngộ này là do chính cái kết quả đầy gian khổ của sự tu sửa: từ thô tới tế, từ những buông xả mọi tập khí đến tận cùng của thân tâm; và lại còn buông ngay cả cái ý niệm mà mình đang buông ấy!

Tóm lại, tất cả chỉ là mây tan thì trăng hiện, chứ chẳng có gì gọi là "Đi" với "Về"! vì cái thường hằng hiện hữu tức cái tính Thấy, Biết của chúng ta lúc nào cũng ngay đây; nó vẫn là Vầng Trăng soi thường hằng bất biến.

Trong quốc độ của người Giác Ngộ thì tất cả các Pháp, dù là thánh hay phàm đều bình đẳng! đều là cảnh giới **Toàn Vọng là Chân**, tức "**Cảnh Giới Tịch Diệt Nhất Như**"; trong ấy cái xao động và cái không xao động đều như như, bình đẳng, nên mới thật là "**Không Xao Động"** tức cái vượt "**Xao Động/Không Xao Động"**. Đấy chính là Vầng Trăng Soi.

*

Cùng Một Vầng Trăng

Tri kiến phàm phu (khi còn mê):

Kiến, Văn, Giác, Tri, chính là "vọng kiến"
Vì là "vọng kiến" nên mới phân chia
Lỡ lầm phân chia nên trong Số Lượng
Vì trong số lượng nên mới cách ngăn

Cũng vì cách ngăn mà nên Sáu Nẻo
Xoay vần Sáu Nẻo nên mới thương đau
Trong Kinh Lăng Nghiêm: "Tính Tướng y nhau"
Do đó: *Kiến, Văn, Giác, Tri cùng chung một Tính*

Sự thật:

Vầng Trăng Tri Kiến chẳng có nhân duyên
Chẳng có nhân duyên là không đối đãi
Vì không đối đãi nên không chướng ngại
Không gì chướng ngại nên vẫn y nguyên

Trong Lăng Nghiêm Kinh, Đức Phật dạy rằng:
Tứ Khoa Thất Đại ***cùng Một Vầng Trăng***
Như Lai Tạng Tính *gồm bao tất cả*
Khắp muôn loài đồng ***Chân Tính*** *ấy chăng*

Đã cùng Vầng Trăng, đâu Năng, đâu Sở
Đã cùng vầng trăng, đâu số lượng không gian
Xẻ một, chia sáu để phải gian nan
Phiền não nào hơn Căn, Trần với Thức?

Tri kiến Phật:
(Khi đã ngộ, Thức chuyển thành Trí):

Kiến, Văn, Giác, Tri chính là ***Tự Tính***
Vì là ***Tự Tính*** *nên chẳng phân chia*
Vì không phân chia nên ngoài số lượng
Vì ngoài số lượng nên chẳng cách ngăn

Vì không cách ngăn sao rời Tứ Đại?
Chẳng rời Tứ Đại, Tính Tướng y nhau
Tính Tướng y nhau, Ta hết khổ đau
Vậy: *Tứ Đại phân ly* ***Kiến Tri*** *vẫn đấy*

Dù: *Tứ Đại phân ly* ***Kiến Tri*** *vẫn đây*
Kiến, Văn, Giác, Tri, cùng thể vô biên
Năng, Sở chẳng còn khi không biên kiến
Vượt ngoài lượng số khi không phân biệt

Diễn Giải:

1. **Kiến, Văn, Giác, Tri** (Cái Thấy, cái Nghe, cái Hay, cái Biết) có nhân duyên đối đãi nên có Năng, có Sở! là Vọng Tâm Thức của chúng sinh khi còn mê, tức là **Tri Kiến Phàm Phu.**

2. **Kiến, Văn, Giác, Tri** (Tính Thấy, Tính Nghe, Tính Hay, Tính Biết) không do nhân duyên nên không có đối đãi, không có Năng/Sở tức là **Tri Kiến Phật.**

3. **Thức chuyển thành Trí:** Thật ra chỉ là đổi cái tên, chứ không có gì gọi là chuyển, khi Hành Giả nhận ra Tự Tính của mình.

4. **Tám Mươi Bốn Ngàn Pháp Môn:** Vì chúng sinh có tám mươi bốn ngàn trần lao phiền não! nên Đức Phật với trí tuệ Bát Nhã đã phương tiện tạm giả lập tám mươi bốn ngàn Pháp Môn, và mười hai Đại Tạng Kinh để Khai Ngộ chúng sinh.

5. Tứ Khoa, Thất Đại:

Tứ Khoa: là Ấm, Giới, Nhập, Xứ.

Ấm: Tức là Ngũ Ấm gồm: Sắc ấm, Thọ ấm, Tưởng ấm, Hành ấm và Thức ấm

Giới: Có mười tám giới gồm: Lục Căn, Lục Trần và Lục Thức.

Nhập: Có sáu nhập là sáu cách thu nạp tiền cảnh:
Nhãn căn thu nạp sắc trần
Nhĩ căn thu nạp thanh trần v. v…

Xứ: Vì có sáu nhập mới tạo thành mười hai xứ, là những chỗ sinh ra cái thấy, cái nghe, cái hay, cái biết:
Từ Nhãn Căn với Sắc Trần
Từ Nhĩ Căn với Thanh Trần v.v…

Thất đại: là Đất, Nước, Gió, Lửa, Không, Kiến và Thức.

*

Khai Thị

Cúng Sao Giải Hạn

Cúng sao giải hạn
Xin thẻ, xin sâm
Hên xui bói toán
Năm xung tháng hạn
Cầm tinh mười hai con giáp

Bài khai thị này sẽ đi thẳng vào những vấn đề kể trên, nên chỉ giới hạn trong những đề tài ấy, chứ không đi quá sâu vào Đạo Pháp.

Đại khái, chúng ta hiển hiện nơi đây đều là do nhân quả nghiệp báo và nhân duyên (nhân quả và nghiệp báo là do chính mình tạo tác). Nghĩa là tùy theo nhân lành hay nhân dữ, nhân tốt hay nhân xấu của những kiếp trước... để tự chiêu cảm thành một dòng nghiệp lực. Rồi bị chính dòng nghiệp lực ấy tự động chi phối theo nhân mà tạo tác, bằng cách:

Hợp nhân, hợp duyên để chúng ta nhận lĩnh cái quả là Thân Tâm mình đang hiện hữu với mọi hoàn cảnh, mọi sự việc đã được an bài, dù muốn hay không muốn! bởi thế, trong bất cứ hoàn cảnh nào, môi trường nào giầu hay nghèo? sang hay hèn? mọi diễn tiến an lành hay hoạn nạn, hên hay xui? muôn điều, muôn sự chúng ta đang tiếp xúc hoặc đã có trong cuộc đời như: mình đang được hưởng nhiều phúc báu hay đang bị nhiều hoạn nạn, khổ đau... đều đã nằm sẵn trong định luật nhân quả và nghiệp báo của chính cá nhân mình. Tức là Nhân nào thì Quả ấy đã an bài cố định! cho nên ai đã gặp ai, ai đã kết hôn với ai, ai đã là bạn ai, ai đã giúp ai, ai đã thù ai, ai đã hại ai, ai đã thương ai, và ai đã ghét ai đều đã có sự sắp đặt trước.

Người đời không biết về việc an bài của định luật nhân quả do chính những hành động thiện/ác của mình trong quá khứ! mà cứ cho là do số hệ nên mới theo tướng số và mười hai con giáp; lại đi tin rằng sinh năm nào thì tốt, sinh năm nào thì xấu, cầm tinh con nào thì khổ, cầm tinh con nào thi sướng. Mỗi năm lại chịu ảnh hưởng xấu tốt bởi một ông sao! cứ thế, năm thì tốt, năm thì xấu, năm thì hợp, năm thì xung… Rồi dựa vào sự tốt xấu, hên xui bói toán, nên mới đi xin thẻ, xin sâm, để những cái ấy định đoạt cuộc đời mình, vô tình tạo thành những Mê Tín Dị Đoan cho chính mình và cho con cháu tiếp nối đời đời.

Nếu chúng ta chịu suy tư, thì sẽ thấy rõ thời gian, ngày tháng làm sao có tên? Mười hai con giáp, con nào lại không khổ? Làm sao mà giải hạn cho những ông sao? Và đã là những ông sao thì làm gì mà có hạn với không có hạn? Ai là người đặt ra những lời sâm? Và ai là người đặt tên cho các ông sao?

Các vị thầy bói, chiêm tinh gia có chắc là chẳng bao giờ gặp xui không? Có chắc là không bao giờ hoạn nạn không? Và có chắc là họ hoàn toàn được mọi điều tốt lành không? (Vì họ đã biết trước hết mọi sự xảy đến cho chính họ, và cho mọi người cơ mà). Con người ta hầu hết rất yếu đuối, nếu không tin vào những thứ ấy thì có lẽ ai cũng thấy sợ hãi, e ngại vì chẳng có cái gì để dựa dẫm, bám víu cả! cho nên dễ cảm thấy cuộc sống của mình không có sự an toàn.

Trong thực tế, Đức Phật từ bi, trí tuệ như vậy mà cũng không thể cứu chúng ta ra khỏi sự chết chóc, tai ương, phiền não, khổ đau. Ngài cũng không thể thỏa mãn những ước nguyện của chúng ta như danh vọng, giàu sang, bình an, hạnh phúc. Ngược lại Ngài cấm hết mọi mê tín dị đoan bởi không thực tế mà còn nguy hiểm nữa vì nó không phải là Chính Pháp!

Bằng trí tuệ Bát Nhã, Đức Thế Tôn đã ban tám mươi bốn ngàn phương tiện và mười hai đại tạng kinh là những phương pháp giúp chúng ta ra khỏi phiền não, sinh tử. Nhưng chính chúng ta phải tự đi lấy, chứ Đức Phật không thể nào đi hộ chúng ta được! có nghĩa là tùy căn cơ của từng người tự chọn cho mình một trong tám mươi bốn ngàn pháp môn ấy mà tu hành, vì chỉ có tu mới chuyển hóa được nghiệp mà thôi. Nếu tu thật đứng đắn, chân chính, thì nghiệp nặng cũng như nghiệp nhẹ đều chuyển hóa hết. Còn không chịu tu sửa mà cứ đi cầu an, đi cúng sao giải hạn để mong chuyển: xấu thành tốt, xui thành hên, hèn thành sang, nghèo thành giầu, hung thành kiết, chết thành sống, thì đó chỉ là sự viển vông! nếu cứ dựa dẫm vào những việc mơ hồ, mê tín dị đoan như thế thì làm sao có kết quả tốt? Vì gieo nhân mê tín dị đoan thì sẽ có quả mê tín dị đoan! kết quả là không thể nào thoát ra được mọi phiền não, khổ đau và hoạn nạn.

Tóm lại, muốn hết khổ thì chỉ có một cách thiết thực nhất và đúng với chân lý chính pháp là phải tu. Khi có tu là sẽ có chuyển, tu tha thiết, tu nhiệt thành, tinh tấn mà tu mãi thì sẽ vượt hết tất cả mọi nghiệp tốt, xấu, v.v… để chẳng còn gì phải lo ngại về kiếp sống không an toàn, cũng như lo ngại không có nơi dựa dẫm nữa. Khi đã hiểu, đã bắt đầu tu là chúng ta đã bắt đầu trưởng thành, tức đã biết tự nương nhờ vào chính mình. Sự việc ấy thật là chí lý vì đi đúng chính pháp là gieo chính nhân thì sẽ được chính quả và sự vi diệu nhiệm mầu cũng sẽ tương ứng với lòng chân thành quyết chí của chính chúng ta: tu nhiều được nhiều, tu ít được ít, không tu thì không được là lẽ dĩ nhiên.

*

Tu Là Sửa Đổi

Tu không sửa đổi, sao gọi là tu
Tu mà không sửa, có mắt tựa mù
Ngã cao như núi, làm sao giải thoát!
Tập khí y nguyên, cũng gọi tu ư?

Sân si, ngã mạn, vị kỷ, tranh đua
Ngày đêm chiến đấu: "Ta thắng, người thua"
Nhỏ nhen, thù hận, si mê chồng chất
Ngụp lặn, nhị biên, sinh tử sao chừa

Tự trói mình thôi, qua từng ý thức
Tam độc hoành hành, an nhiên, tự lực
Bao kiếp lăn trôi, thả buông như thế!
Tu sửa đi thôi, quay về trung thực

Sửa cho hết, những gì còn mê tối
Xả tận cùng, những ác niệm lôi thôi
Phiền não, tà kiến, hãy để buông trôi
Vọng niệm lặng, Trí Tuệ hiện sáng ngời

Tu sửa Thân Tâm, đâu chỉ một lần
Cho dù gian khổ, miễn thành "Thiện Nhân"
Tinh tấn mãi, là "Đại Nhân" bất thoái
Rồi "Bất Nhân" hay còn gọi "Thánh Nhân Chân"

Gọi gì chăng nữa, danh giả tạm thôi
Mặt vẫn thế ấy, người xưa gặp rồi!
"Cảnh vốn tự Không, đâu cần hoại tướng
Linh Tâm tự chiếu, đâu nhờ cảnh sinh"

Vô Minh, Trí Tuệ và Giải Thoát

Sơn hà, đại địa, thế giới, muôn loài, muôn vật chúng sinh với sự Vô Minh, Trí Tuệ và Giải Thoát qua các Kinh của Phật, của Tổ: Lăng Nghiêm Kinh, Pháp Bảo Đàn Kinh, Pháp Hoa Kinh, Kim Cương Kinh, Bát Nhã Tâm Kinh và v.v...chúng ta sẽ đi từ tổng quát đến chi tiết.

I. Trí Tuệ Bát Nhã (Bát Nhã Tâm):

Thật sự mà nói, thì toàn thể chúng sinh, chúng ta đều là ***Chân Như Bản Tính,*** hay còn gọi là ***Tính Giác Diệu Minh*** (*Phật Tính*), nhưng vì vô minh không nhận ra! trong Kinh dạy: "Chỉ có loài người là có đầy đủ sáu Căn: mắt, tai, mũi, lưỡi, thân, ý mới có thể hiểu Chân Tính ấy!". Và khi chịu tu hành một cách rốt ráo thì sẽ nhận ra được cái ***Tính Vi Diệu*** vốn sẵn có đó ở ngay thân tâm mình, còn các loài khác thì không thể nào hiểu nổi.

Vâng, đã gọi là Bản Tính, là Tính Giác thì đương nhiên là có **Tính,** mà khi đã có Tính thì phải có **Niệm**, nhưng cái niệm này là Chân Như Niệm, là sức sống trường tồn, là sự vi diệu nhiệm mầu, nó hằng Tự Diệu, Tự Minh (*Kinh Phạm Võng*).

Tự Diệu: là tự duyên khởi, tự thiên biến vạn hóa ra mọi cảnh, mọi vật, mọi hiện tượng. Theo Kinh Lăng Nghiêm: Đã gọi là biến hóa, hóa hiện thì chỉ dường như có mà không phải thật có, dường như không mà không phải thật không. Đó là cảnh giới của Bát Nhã, nên chúng ta không thể chấp là thật hay là giả, chấp là có hay là không! nếu chấp chước thật/giả thì sẽ lạc ngay vào Nhị Biên Tương Đối, tức là vào Sinh/Tử.

Đúng ra những hiện tượng hóa hiện này, nó siêu việt Nhị Biên Tương Đối, nghĩa là tự nó đã ra ngoài cái có/không, thật/giả,và cũng tự nó không lọt vào Tứ Cú như trong Kinh đã nói:

Tứ Cú là: *có,không; cũng có/cũng không;*
chẳng có/chẳng không

Tự Minh: Là Trí Tuệ Bát Nhã tự chiếu tỏa, tự sáng suốt, tự nhận biết rốt ráo về mọi cảnh giới đã hiện hóa ra ấy.

Sở dĩ có cảnh giới hóa hiện là do sự việc Tịnh Chiếu của Chân Như:

Chân Như là Bản Thể: Tự tịnh, tự định
Còn tính chiếu sáng : Là cái Dụng của nó.

Nói một cách khác Chân Như là:

Bản Thể: là tịnh, là định
Diệu dụng chiếu sáng của nó: là Trí Tuệ Bát Nhã.

Do đó trong kinh tạm đặt tên cho nó là:

Tâm Trí Bát Nhã
Chân Như Tự Tính
Chân Như Bản Tính
Pháp Giới Tính

Tính Giác Diệu Minh
Tính Không, Phật Tính

Lục Tổ còn gọi là: Chân Như Niệm

Chân Như Niệm là Tính Giác Diệu Minh, tức Trí Tuệ Bát Nhã hiểu biết tuyệt đối rốt ráo về vạn pháp. Nhưng tự nó lại tuyệt đối vô tư, không hề bám víu, dính mắc vào bất cứ cái gì trong vạn pháp ấy! nó như vầng trăng tròn, như mặt trời hằng chiếu sáng giữa bầu trời: không nghiêng, không lệch, không dính dáng vào bất cứ cái gì, vì tự nó sẵn như thế! chẳng cần ai đóng đinh treo nó, hay lấy hồ để dán nó. Nó tự thường hằng Tịnh/Chiếu và Chiếu/Tịnh.

Chúng ta có thể hiểu về sự Tịnh và sự Chiếu của nó như sau: ***Tịnh/Chiếu*** cùng là một Tính nên cũng gọi là ***Động/Tịnh*** nhất như! vì cái tự định, tự tuệ đó, chẳng khác gì nhau nên trong Kinh còn gọi một danh từ khác là "Đồng". Nhưng dù gọi là gì chăng nữa thì cũng chỉ là giả danh gán ghép, không một mảy may dấu vết gì liên hệ đến cái ***Tính Không*** này cả.

II. Vô Minh:

Trước cảnh giới hóa hiện trước mắt, thì tự dưng không nguyên nhân gì, cũng không lý do gì mà chúng ta tự sinh khởi ra cái Giác, tức là cái Biết! nhưng là cái Biết tương đối: có năng, có sở, có ta, có người, tức là cái biết của *Kiến, Văn, Giác, Tri*, là cái thấy, cái nghe, cái hay, cái biết của *Mắt, Tai, Mũi, Lưỡi, Thân, Ý*. Nó chính là cái Vọng Giác (*Vọng Biết)*, còn gọi là Vọng Tâm *(là cái Vọng không có thật)!*

Rồi từ cái vọng tâm, vọng giác giả dối này, chúng ta lại tự khởi lên một niệm giả dối nữa, đó là "***Nhất Niệm Vô Minh***":

Nhất là một
Niệm là ý nghĩ
Vô Minh là mê tối

Nhất Niệm Vô Minh chính là Vọng Niệm, là niệm nhị biên phân biệt đối đãi: thật/giả, có/không, tốt/xấu... ý niệm nhị biên so đo này luôn luôn chấp chước riêng tư: chấp thật có Thân, chấp thật có Cảnh, chấp thật có Ta, chấp thật có Người, chấp của ta, chấp của người... Cứ như thế, trước mọi cảnh giới hóa hiện, chúng ta tự sinh Tâm Vô Minh, Tâm Vọng Tưởng, Tâm Phân Biệt để luôn tác ý với đầy dẫy nhị nguyên, rồi lại tự bám víu vào mọi cảnh mọi vật nhị nguyên đó! và vì bám víu như thế, nên vô tình chúng ta tự động chuyển Tự Tính (*Phật Tính*) thành ý nghĩ, thành tư tưởng riêng tư, chuyển Bát Nhã Tâm thành Vọng Tâm Thức, tức là chuyển ***Trí*** thành ***Thức***, còn gọi là Thần Thức, là Thức Tâm hay là Vọng Tâm Thức.

Vì Vọng Tâm Thức của chúng ta cứ đối cảnh mà sinh khởi các tà kiến nhị nguyên, không bao giờ ngưng phân biệt, phán xét muôn cảnh muôn vật một cách không chính đáng, không đứng đắn! cho nên chúng ta đã tự tạo nên mọi cảnh huống trần lao phiền não, để rồi lúc nào cũng tự mình sống trong phân biệt so đo với những biên kiến:

Có/Không
Sang/Hèn
Tốt/Xấu
Cao/Thấp
Sinh/Tử

Do cái Nhất Niệm Vô Minh biến hóa mãi nên dòng tư tưởng cứ trùng trùng, điệp điệp sinh khởi không bao giờ ngưng, vì thế mà vòng sinh tử luân hồi cũng không bao giờ ngừng là như vậy.

III. Giải Thoát:

Đã hiểu nguyên nhân của Nhất Niệm Vô Minh là do chính chúng ta tự dựng nên, tức là tự chúng ta đã chuyển Trí Tuệ thành Thần Thức; chuyển Cõi Cực Lạc thành Cõi Sa Bà với đầy thảm họa, phiền não sống/chết hãi hùng như thế! thì nay nếu muốn chuyển về cái nguyên thủy Bát Nhã của nó như xưa, thì lại cũng chính chúng ta phải tìm cách nào chuyển cái Nhất Niệm Vô Minh ấy thành Trí Tuệ; tức chuyển lại: Cái Tâm Thức thành Tâm Trí Bát Nhã; chuyển lại cái thân phàm phu sinh tử thành cái thân Bát Nhã, và chuyển lại cõi Sa Bà thành cõi Cực Lạc thì mới giải thoát được.

Muốn chuyển Thức thành Trí, thì chỉ có một con đường nhanh nhất là đi thẳng ngay vào mục đích, đó chính là con đường ***Trực Chỉ Chân Tâm*** *(tức chỉ thẳng Tâm người)* để nhận ra bản thể sẵn có của mình, là tự động được giải thoát khỏi sinh tử.

Và khi đã tu theo lối Trực Chỉ, là hướng thẳng về Tâm Trí Bát Nhã của chính mình, thì chúng ta phải *học để: Hiểu về Tâm Bát Nhã*, rồi *thấm nhuần Bát Nhã,* và *cuối cùng là Thực Hành Bát Nhã (tức là hành thâm Bát Nhã).*

Học để hiểu về Bát Nhã, tức là học để hiểu về Thân Tâm và Thế Giới Bát Nhã:

Tâm Trí Bát Nhã được ví như thanh kiếm rắn chắc và sắc bén tựa như kim cương để chặt, để đoạn diệt tận cội gốc vô minh kiên cố sâu dầy của chúng sinh. Trí Tuệ Bát Nhã được phương tiện đem ra thí dụ như thế, với mục đích để hành giả *(là người tu hành)* hiểu tầm quan trọng của Trí Tuệ Bát Nhã việt siêu đến như vậy! và cũng là để chúng ta đừng tu loanh quanh, mà hãy đi ngay vào cốt tủy, tức Trực Chỉ Chân Tâm mình thì mới mau đạt được cứu cánh cuối cùng của sự tu hành. Đó chính là cứu cánh giải thoát luân hồi, sinh tử. Nếu chúng ta chỉ tu phúc: Làm công quả, xây chùa, tụng kinh, làm việc phước thiện là lối tu không mấy chú trọng về trí tuệ, tức là không đi thẳng vào huyết mạch của sự nghiệp giác ngộ, giải thoát thì chưa được rốt ráo cho lắm!

Do đó trong các Kinh, dù Đức Phật nói xa, nói gần, nói gì gì chăng nữa, mục đích cũng không ngoài việc hướng dẫn chúng ta về Tâm Trí Bát Nhã là cốt tủy của Phật Pháp, là cái Tâm vốn sẵn có của muôn loài chúng sinh.

Chúng ta có thể hiểu về ý nghĩa ấy qua một vài Kinh sau đây:

Bát Nhã Tâm Kinh:

Sắc** bất dị **Không, Không** bất dị **Sắc
tức là: *Sắc chẳng khác Không, Không chẳng khác Sắc*
Có nghĩa là: *Chúng ta và muôn cảnh vật là Không và cái Không này cũng lại chính là chúng ta và muôn cảnh vật đang hiện hữu*

Lăng Nghiêm Kinh:

Tính** là **Tướng, Tướng** là **Tính
(Tâm tức là Thân, Thân cũng tức là Tâm)

Pháp Hoa Kinh:

*Cảnh vốn tự **Không**, đâu cần hoại **Tướng***
Tức là: *Muôn cảnh, muôn vật tự nó đã là Không thì không cần phải hủy diệt mọi cảnh vật ấy đi rồi mới thấy nó là **Không***

Kim Cương Kinh:

Ưng vô sở trụ, nhi sinh Kỳ Tâm
Bất ưng trụ, sắc minh Tâm
Bất ưng trụ: thanh, hương, vị, xúc, pháp sinh Tâm
*(Nếu Tâm không dính mắc vào sáu trần, thì tự nó là **Phật Tâm**)*

Pháp Bảo Đàn Kinh:

*Nơi Niệm mà lìa Niệm mới thật là **Vô Niệm***
(tức Chân Như Niệm)

Nơi Tướng mà lìa Tướng mới thật là Vô Tướng (tức Thật Tướng)
Nơi sắc, thanh, hương, vị... (thế giới, vũ trụ) mà lìa thế giới vũ trụ mới thật là Vô Trụ (tức Thường Trụ)

Phật nói về Thanh Gươm Kim Cương hay Thanh Gươm Trí Tuệ chỉ là một cách nói, một cách ví von để cho chúng ta dễ hiểu, chứ thật ra thì thanh gươm ấy có hề chặt vô minh bao giờ! mà chẳng qua chỉ là gió thổi thì mây tan (*mây vô minh*), và vì mây vô minh tan, nên Vầng Trăng Bát Nhã sẵn có của chúng ta tự hiện ra. Đã gọi là trăng, thì lúc nào chẳng sáng, cũng chẳng bao giờ lặn cả! Trí Tuệ Bát Nhã của chúng ta cũng y như vậy.

Tu hành ra sao để hết vô minh, để Tâm Bát Nhã hé mở? Tất cả đều do chính chúng ta tu nhân nào thì được quả ấy, tu đúng đường lối Chính Pháp thì đương nhiên phải được Chính Quả.

Nếu chúng ta tu hành thật đứng đắn, thật nghiêm chỉnh, luôn có sự chú tâm, để chỉ có ***Đơn Tâm****!* tức là công phu không bị gián đoạn ngày đêm, thì lo gì đám mây vô minh kiên cố sâu dầy lại không tự động mỏng dần, và từ từ tan rã để Vầng Trăng Trí Tuệ (*Trăng Bát Nhã*) sẵn đó từ từ ló rạng ra.

Công phu là:

Niệm Phật Trì Chú	Nếu là Niệm Phật hay Trì Chú thì phải niệm, phải trì đến độ Nhất Tâm bất loạn
Tham Công Án Tham Thoại Đầu	Nếu là Tham Công Án hay Tham Thoại Đầu thì phải tham đến độ Vô Tham

Tìm Hiểu Về Tâm

Trước hết muốn tìm hiểu về Tâm Thường Trụ, tức Bát Nhã Tâm thì ***Tham Thiền*** là con đường nhanh nhất, trực chỉ nhất.

Tham Thiền theo Thiền Sư Duy Lực và Roshi Kapleau hướng dẫn:

Khi Tham Công Án hay tham Thoại Đầu, chúng ta chỉ việc chú tâm tuyệt đối vào câu Công Án, câu Thoại Đầu ấy mà hỏi mãi... ***Hỏi*** tức là " ***Tham***". Khi Tham, không cần để ý đến những niệm thiện, những niệm ác mà cứ việc Tham liên tục ngày đêm cho đến khi nghi tình thành khối là đến được trạng thái Vô Tham (Vô Tham, tức là tham miên mật đến độ không biết là mình đang Tham). Đó là đã đến được Đầu Sào Trăm Thước, còn gọi là Vô Tâm, là nguồn gốc của Ý Thức; cũng là đã vào được Thức Số 7 và Số 8. Khi đã đến được giai đoạn này rồi, mà vẫn cứ nỗ lực tham tiếp, thì khối nghi sẽ tự động tan, và chúng ta cũng tự động hiểu Tâm chúng ta là gì, Thân chúng ta là gì, và Vũ Trụ là gì? Tức đã biết Mình là Ai!

Trong lúc Thiền, mà sự chú Tâm được cao độ thì: từng vọng niệm đang khởi, hay đang lặn, dù là vọng thiện hay vọng ác, có vi tế tới đâu, chúng ta cũng đều thấy biết rõ ràng. Hãy bình thản đừng chao đảo, đừng liên hệ với chúng, cứ thản nhiên mà Thiền thì mọi tư tưởng ấy sẽ tự tan biến, chứ không cần phải cắt hay diệt chúng, vì chúng sẽ phải biến đi bởi sự chú tâm tột độ của ta. Do đó, độ Thiền sâu chừng nào thì bộ óc của chúng ta sẽ ngưng hoạt động lâu chừng đó. Sự tạm ngưng hoạt động của bộ óc, tùy theo thời gian ngắn hay dài, tức tùy theo công phu thành khối được lâu hay mau, để có sự ngộ nông hay sâu, tương ứng của từng Hành Giả trong giai đoạn sắp ngộ, tức giai đoạn Đầu Sào Trăm Thước.

Sau khi ngộ, thì trạng thái bình thường của con người, với bộ óc hoạt động cũng bình thường trở lại như xưa! nhưng chỉ khác là người giác ngộ đã thấy, đã nhận ra Chân Tâm Phật Tính rõ ràng, y như Lục Tổ Huệ Năng đã giải thích:

"Chân Như Tự Tính có ***Tính,*** *cho nên phải khởi* ***Niệm,*** *nếu Chân Như không có* ***Tính****, thì Sáu Căn và Sáu Trần bị hủy hoại ngay! tức là toàn vũ trụ và vạn vật đều bị tiêu hủy".*

Và chúng ta cũng hiểu rất rõ: ***Chân Như Niệm*** (tức *Chân Như Tính, Pháp Giới Tính*) là Sức Sống Trường Tồn, mầu nhiệm biến hóa không hề ngưng nghỉ…(Chân Như là cái ***Thể,*** còn ***Niệm*** là cái ***Dụng*** của Chân Như). Bản tính này vốn thấy biết, hiểu rõ ràng, tường tận về vạn pháp! và luôn an nhiên, thường lạc, thanh tịnh, nó chẳng hề bị chao đảo, nhiễm chước hay bị ảnh hưởng gì với những tạp niệm của Vọng Tâm Thức Phân Biệt. Quả đúng y như Lục Tổ đã dạy rằng: "***Đang nơi niệm mà lìa niệm"***. Cũng là "Tâm Vô Niệm", nghĩa vô niệm ở đây không phải nghĩa của Nhị Biên phân biệt là:

Vô niệm/hữu niệm (tức có niệm/không có niệm), mà nghĩa của nó là S***iêu Việt Niệm***, S***iêu Việt Không Niệm*** tức là "***Thật Niệm"***, là ***Chân Như Niệm***. Đó mới đúng là Chân Tâm của chúng ta.

. Đã tạm hiểu về Tâm và bây giờ chúng ta hãy cùng tìm hiểu về Thân, có như vậy mới là hiểu trọn vẹn về cả Thân lẫn Tâm.

Tìm Hiểu Về Thân

Thường thì ai cũng trân quí cái Thân của mình, vì chấp nó là có thật, nên suốt đời lo mọi tư lợi tối đa cho nó! vì tưởng lo như vậy là đúng, dè đâu vì tư lợi mà chúng ta phải ăn gian, nói dối, thủ đoạn… vô tình đã làm thân tâm mình đầy ô nhiễm và dính mắc. Khi chết, chúng ta lại luyến tiếc tất cả những gì do chính mình đã tạo dựng trong suốt cuộc đời như: tiền tài, danh vọng, ái dục, và những người thân yêu cũng như tiếc thân mạng của mình. Bởi những tham lam, luyến ái với mọi tư lợi cho bản thân như thế, nên chúng ta đã tự gieo nhân, tự tạo quả, và tự tạo nghiệp báo cho chính mình để sửa soạn đi vào sáu nẻo luân hồi.

Đức Phật dạy:

"Phàm những gì do duyên hợp mà có, đều là vô thường! như vậy mọi cảnh, mọi vật ở thế gian đều bị hoại". Thế thì thân mạng chúng ta cũng là do duyên hợp mà có, nên cũng bị hoại hay sao?

Và đây vẫn y chỉ, theo lời Đức Phật dạy qua Kinh Bát Nhã:

Nếu chúng ta chỉ hiểu nông cạn một chiều và chấp thật như thế, thì không đúng với chân lý của Đức Phật! ngược lại, chúng ta phải hiểu thâm sâu tận nguyên thủy, tức hiểu về Bản Thể Chân Thật của nó là: ***Tính Không***, là ***Chân Không Diệu Hữu,*** chính là cha mẹ của vạn pháp, cũng là cha mẹ của vũ trụ vạn vật! có hiểu như vậy, mới thấy rằng: "tất cả đã là ***Tính Không*** thì hỏi làm sao có thể hoại?", Tính Không này không hề rời chúng ta và vũ trụ hiện hữu.

Do lẽ ấy, với Chân Lý của Đức Phật, nếu chúng ta hiểu được, và muốn cứu mình ra khỏi sáu nẻo đọa đầy, thì không nên chấp thật, chấp giả để: một là bám víu, hai là buông bỏ Thân Tâm và mọi cảnh vật chung quanh mình đi!

Hãy cố gắng hiểu y chỉ của Bát Nhã Tâm Kinh mới là hiểu trọn vẹn về cả lý lẫn sự:

Theo Bát Nhã Tâm Kinh là cốt tủy của Phật Pháp, thì cái vũ trụ vạn vật hiện hữu trước mắt chúng ta ấy, nó chính là sự nhiệm mầu Sắc/Không của Bát Nhã. Do vậy mà Lăng Nghiêm Kinh cũng dạy rằng: Muôn cảnh vật đó, chỉ dường như có mà không phải thật là ***có***, dường như không mà không phải thật là

không! vậy làm sao chúng ta có thể bảo nó là thật, hay bảo nó là giả mà bắt hay buông chúng cho được!

Nếu toàn vũ trụ vạn vật đều là cảnh giới Bát Nhã ***Sắc/Không*** nhiệm mầu như thế, thì phải chăng Thân Tâm chúng ta cũng là Bát Nhã, qua những câu Kinh, xin được nhắc lại một lần nữa như ở phần đầu của bài viết:

__Sắc__ chính là __Không__, __Không__ chính là __Sắc__

Vậy thì: Thân là Tâm, Tâm là Thân

Bởi: *__Sắc/ Không__ đã chẳng phải là hai:*
__Sắc__ là Thân
__Không__ là Tâm
Nên rõ ràng Thân Tâm là Một

Lăng Nghiêm Kinh cũng đồng một nghĩa như vậy:

__Tính__ là __Tướng__, __Tướng__ là __Tính__
Tức: *__Tính__ là Tâm, __Tướng__ là Thân*
Vậy là: *__Tính, Tướng__ cũng y nhau*
Nên: *Thân Tâm đồng nhất*

Đã hiểu rõ như vậy, thì để phù hợp với ***Tính Không thanh tịnh***, chúng ta chỉ việc tu làm sao để:

Sáu Căn: Mắt, tai, mũi, lưỡi, thân, ý không còn bị dính mắc, đắm nhiễm vào Sáu Trần: Sắc, thanh, hương, vị, súc, pháp; tức là không bị vũ trụ, vạn vật trói buộc! nếu chúng ta điều khiển được Thân Tâm mình như vậy, thì Thân Tâm tự động thanh tịnh, cũng có nghĩa là: "Trước cảnh không sinh Tâm", tức là: "Đang trong cảnh, đang tại cảnh và chính mình là cảnh mà không sinh Tâm" thì quả đúng:

"Đang nơi Tướng mà lìa Tướng mới thật là __Vô Tướng__ hay còn gọi là __Thật Tướng__"!

Đó là lời dạy của Lục Tổ Huệ Năng. Vô Tướng ở đây không phải nghĩa nhị biên: có/không, thật/giả, hữu tướng/vô tướng! mà là siêu việt cả **tướng** lẫn **không tướng**; Đó mới chính là ***Thật Tướng Bát Nhã*** nên pháp thể khinh an là lẽ dĩ nhiên.

Vẫn theo lời dạy của Lục Tổ Huệ Năng xin đi vào chi tiết hơn về Thân Tâm như sau:

Bên trong: Nếu Tâm không bị ảnh hưởng gì bởi vọng niệm của Tâm Ý Thức vì tự nó là Chân Tính, là Chân Như Niệm, thì đương nhiên là đang nơi niệm mà lìa niệm, là ***Tâm Định*** (*tức Tâm Vô Niệm*).

Bên ngoài: Nếu Thân không bám víu, trụ chấp vào đâu, cũng không bị bất cứ hình tướng nào, sự vật nào của ngoại cảnh lôi cuốn, vì tự Thân này đã là Thân Vô Tướng (Thật Tướng) nên đương nhiên là đang nơi tướng mà lìa tướng, là ***Thân Thanh Tịnh*** tức *thân siêu việt cả tướng lẫn vô tướng.*

Vậy trong Định, ngoài Tịnh là trong ngoài y một, động tịnh nhất như, Thân Tâm đồng nhất, nên nó: tự định, tự tịnh thì tự chiếu tỏa, là hợp lý với Thân Tâm Bát Nhã thường hằng đang hiển bầy. Cho nên chúng ta không cần phải tìm kiếm *Định* hay tạo ra *Tịnh* làm gì? Nếu còn phải tìm kiếm, còn phải tạo dựng, thì những cái tạo dựng và tìm kiếm ấy đều là vật sẽ bị hoại như lời Phật dạy đã nói ở trên:

"Những gì do nhân duyên tạo tác có hình, có tướng đều là giả dối, nên không tồn tại! ngược lại, những gì vốn sẵn có, không phải tạo tác thì không bị hủy hoại, tức là thường hằng bất biến. Bởi những cái tạo ra được hay kiếm được đều là vật, còn Thân Tâm Bát Nhã không phải là vật gì hết".

Tới đây, chúng ta đã tạm hiểu về Thân Tâm Bát Nhã, nhưng làm sao để Thân Tâm ấy lúc nào cũng hiển bầy thì cũng là cả một vấn đề nan giải! đòi hỏi nhiều kiên trì và gian khổ. Đành rằng ai cũng có Chân Tâm ấy, nhưng chúng ta đã hoàn toàn quên mất nó, bởi hằng hà sa số kiếp chúng ta quen nhận giặc làm con, tức chúng ta đã nhận ***cái Tâm Vọng Tưởng*** là mình, nên mới bị đầy phiền não như thế.

Vô Minh, Trí Tuệ và Giải Thoát đi vào chi tiết hơn:

Nay muốn chuyển Thân Tâm Vọng Tưởng thành Thân Tâm Bát Nhã như vừa nói ở trên, để giải thoát khổ đau sinh tử, thì chúng ta phải tự giác ngộ, không gì khác được! chỉ vì đã tự mình mê, thì cũng lại tự mình phải tỉnh là lý đương nhiên!

Nhưng làm sao để tỉnh? và phải tỉnh thật sự một trăm phần trăm, tức là không còn một chút si mê nào nữa, thì cần đòi hỏi một sự ***Giác Ngộ rốt ráo!*** mà muốn rốt ráo thì chúng ta phải hiểu rõ nguyên nhân về sự ***vô minh*** của mình, để không còn nhầm lẫn giữa ***Cái Mê và Cái Ngộ,*** tức giữa cái ***Vọng Tâm Thức và Tâm Trí Bát Nhã*** quá ư là phức tạp!

Muốn giải thoát thật sự thì phải hiểu rốt ráo thế nào là: ***Trí Tuệ, Giải Thoát*** cũng như hiểu tường tận về nguyên nhân ***Vô Minh***, do vậy mà chúng ta đi vào chi tiết hơn; vẫn theo sự chỉ dạy của Kinh Sách và của các Tổ thì:

Nguyên nhân vô minh gây khổ đau sinh tử là vì chúng ta từ vô thủy đã hoàn toàn quên mất Thân Tâm Bát Nhã vốn sẵn có của mình! mà chỉ gắn bó, không rời cái Thân Tâm Vọng Tưởng vô minh nên:

Về cái Thân:

Thì chúng ta luôn luôn dính mắc với ngoại cảnh là vũ trụ, thế giới bên ngoài, chỉ vì tưởng Sáu Trần là thật, thân ta là thật, sự chấp chước kiên cố sâu dầy, vô minh này là nguyên nhân của Sinh Tử.

Về cái Tâm:

Thì lúc nào cũng bận rộn, tán loạn, chạy theo vọng tưởng, theo ý nghĩ và để ý nghĩ sai khiến thân ta. Ý nghĩ là vọng, thân ta cũng là vọng, nên sắc thân mới chịu hành động theo lệnh của ý nghĩ sai khiến! mà ý nghĩ này ở đâu ra?

Theo sự diễn giải của Lục Tổ và những cách khác của các Tổ thì:

Ý Nghĩ này cũng chính từ Chân Tâm mà ra, nói đến Chân là nói đến tổ tiên của muôn loài, muôn vật: Nó không có xứ sở, không bờ bến, không thế giới, không thời gian, không không gian, chẳng sáu căn: (mắt thấy, tai nghe…), chẳng có cái gì gọi là linh hồn và sắc tướng, chẳng Phật, chẳng chúng sinh. Nó là căn bản của Tam Giới, cũng là căn bản của vũ trụ và muôn loài chúng sinh.

Chân Tâm cũng là Chân Tính, và vì là ***Tính*** nên phải có niệm nhưng niệm này là ***Chân Như Niệm***, là cái Tính Chiếu Sáng của ***Tự Tính***, nên còn gọi là ***Pháp Giới Tính***.

Không ai mà không thắc mắc: "Đã gọi là Chân Tâm, Chân Tính thì làm sao lại có chỗ khởi?"

Nhưng trong Kinh lại dạy:

"Sự bắt đầu của Đạo sinh ra ***Một***, tạm gọi là ***Một***, vì ***Một*** này là "Vô Vi", rồi từ ***Một*** là Vô Vi ấy, sinh ra "***Hai***" là Vọng Tâm, tức "Tâm Ý Thức", là Tâm có ý nghĩ phân biệt: biết với không biết! và cũng vì có cái ***Tâm biết*** là đã có "***cái Một***" như thế, tức là đã có cái ***Năng Biết*** (Ta Biết); có cái ***Sở Biết*** (Người Biết):

Vì ***Vọng Tâm Thức này*** tự chia thành hai, nên mới: có Thân, có Tâm, có âm, có dương, có không, có sắc! như vậy là duyên theo Vô Vi mà có ***VọngTâm***, lại duyên theo ***Vọng Tâm*** mà có Tâm Ý Thức, để mà có Tâm Phân Biệt: nào Sắc, nàoThân, nào Tâm… Tất cả cũng chỉ bởi cái Vọng Tâm Thức Phân Biệt này luôn chấp thật, chấp giả mà nên nông nỗi!"

Cho nên Kinh mới dạy rằng:

"Tâm sinh muôn niệm, Sắc khởi muôn loài"

Tức là chính cái Tâm khởi vọng tưởng, rồi lại chính cái Tâm ấy suy lường, phân biệt mọi vọng tưởng! và cũng chính cái Tâm Ý Thức này đã nhận chìm chúng ta trong phiền não, vô minh và sinh tử.

Theo Kinh Lăng Nghiêm diễn giải thì nghĩa của câu Kinh ở trên sẽ rõ ràng hơn như sau:

Cũng vì:

"Tâm sinh muôn niệm, Sắc khởi muôn loài"

Mà có phiền não, có sinh diệt… chúng ta từ vô thủy, vì vô minh nên đã quen dính dáng mãi với cái ***Nhất Niệm Vô Minh*** là Tâm Phân Biệt này. Nó đã lỡ chấp thật, chấp giả mà không hề biết rằng: "Cái Chân Tính vừa mống lên ấy là Pháp Giới Tính trùng trùng duyên khởi! nó chính là tính chiếu sáng, cũng là *cái dụng Vi Diệu* hóa hiện vạn pháp; mỗi mỗi tùy nơi mà có sự nhiệm mầu biến hiện ra Cảnh Giới Cực Lạc".

Như trên đã nói, đã là Chân Không Diệu Hữu, đã là Cảnh Giới Cực Lạc thì: chẳng có danh, chẳng có tướng, chẳng có xứ sở, chẳng có nguyên do, cũng chẳng có mắt thấy, tai nghe, chẳng có linh hồn, chẳng có sắc tướng, chẳng gì gì hết… Ấy thế mà đột nhiên không một nguyên nhân gì, tự dưng lại chính Tự Tính khởi lên một vọng niệm ***chấp*** Cảnh Giới Cực Lạc là ***có thật*** theo nghĩa ***nhị biên***: Chấp thật với giả, chấp có với không, do lẽ ấy, mà có ***danh***, có ***tướng***! nhưng cái ý niệm (tức cái

Vọng Tâm biết) ban đầu của chúng ta mới phôi thai, nên còn thơ ngây vô tội, cái Biết thản nhiên nhẹ nhàng vô tội này chưa bị tác ý nặng nề với những đối tượng, tức những hiện tượng của vũ trụ để mà gán chúng là có "***thật chất*** "*!* và cả những ***danh từ*** mới lập ra cho các hiện tượng ấy cũng chưa hề có ***tên gọi*** rõ rệt!

Thế rồi, dần dần những danh tướng do Tâm Ý Thức phân biệt càng ngày càng nặng nề, vọng tưởng chấp thật càng ngày càng vẩn đục sự trong sạch của Tự Tính! cho nên từ sự trống rỗng vi diệu tịch liêu, trời đất vắng lặng, vũ trụ trống không, tức ***Tính Không*** cũng chính là ***Chân Không Diệu Hữu*** *(cảnh giới Bát Nhã, chứ không phải là không có cái gì)…* thì tự nhiên cái Vọng Tưởng Vô Minh của chúng ta cứ liên tục phát sinh ra đủ thứ phân biệt, trên muôn hình vạn trạng hóa hiện của Chân Không Diệu Hữu ấy! rồi cái Vọng Tưởng Vô Minh này lại tự đi vào chi tiết hơn là: Gán tên, đặt tuổi và cho những khoảng Không Gian, Thời Gian, Kích Thước cùng Trọng Lượng giới hạn cho từng hiện tượng đó!

Thế đấy, thay vì Nhất Tâm không có một vật, không có sai khác ***mà chỉ là Bát Nhã, cảnh giới của Bát Nhã thôi****!* thì cái vọng giả dối phân biệt lại bảo là có sai khác, và bảo là tất cả mọi sự vật thế gian đều có thật chất, tức có mọi sắc tướng! đó là một nhận thức sai lầm, không đứng đắn, làm đảo điên trời đất, làm sinh diệt thương đau, chỉ vì:

"Tâm sinh muôn niệm, Sắc khởi muôn loài"

Nhưng, khi đã hiểu Vọng Tâm ấy không thật có, Nhất Niệm Vô Minh: Chấp thật, chấp giả, chấp có, chấp không, chấp sống, chấp chết, là nhận thức không chân chính! thì coi như chúng ta đã giải ngộ phần nào về lý thuyết Chân Không Bát Nhã rồi.

Cho nên chúng ta chỉ cần tinh tấn, nỗ lực vào công phu sao cho thật miên mật, để tránh được cái thói quen là: Khi xưa đầu óc luôn chạy theo vọng tưởng, suy nghĩ miên man, và **luôn thi hành theo mệnh lệnh của ý nghĩ**! thì nay, chúng ta không tuân theo nó nữa, mà hãy dùng những phương tiện sẵn có là: ***Hơi thở*** hay ***Câu Thoại Đầu***, câu ***Công Án*** hoặc ***Niệm Phật***, hoặc ***Trì Chú*** để làm công phu, mà hàng phục cái Vọng Tâm Ý Thức giả dối ấy trở về Nhất Tâm Thanh Tịnh, tức Bát Nhã Tâm nguyên thủy của nó.

Và khi đã hướng được cái Vọng Tâm về Bát Nhã Tâm, là chúng ta đang trên con đường Giải Thoát! tại đây lại xin nhắc nhở về Bát Nhã Tính một lần nữa để chúng ta không quên, mà cố gắng tinh tiến để thấm nhuần Bát Nhã.

Bát Nhã Tính luôn thanh tịnh, sáng suốt, nhiệm mầu, bình đẳng tuyệt đối, vì nó tự tịch nhiên, nên cũng tự chiếu sáng là lẽ thường. Sự chiếu sáng ấy là sự biến hiện ra tất cả muôn sự vật, vậy muôn sự vật đó chẳng khác Chân Tính Bát Nhã! Chân Tính này chỉ theo duyên, tùy nơi, tùy cảnh, tùy tâm niệm chúng sinh mà biến hiện ra vạn Pháp… nên trong Kinh gọi nó là Pháp Giới Tính, tức là cái Tính của vạn pháp vốn như vậy.

Vâng, Pháp Giới Tính luôn luôn trùng trùng duyên khởi không ngừng nghỉ bao giờ; tự nó vượt ra ngoài biên kiến đối đãi. Nếu chúng ta cứ đem Tâm Ý Thức tìm hiểu nó, phân tích mãi về nó, thì chỉ thêm tối tăm lại càng thêm tăm tối mà thôi, vì:

"Muôn cảnh, muôn vật chính là do Tự Tính biến hiện ra chứ chẳng gì khác cả."

Chỉ vì chúng ta mê mờ, nên đã ngộ nhận sai lầm về hiện tượng của vạn pháp! cũng như các Khoa Học Gia vẫn còn đang phân tích mãi về sự vật đến độ vi tế nhất, để kiếm vũ trụ vạn vật từ đâu ra? thì đến muôn đời cũng chỉ là hoài công, vô ích, vì có ai phân tích được sự nhiệm mầu hóa hiện bao giờ!

Tóm lại, muốn giải thoát rốt ráo về cội gốc vô minh để ra ngoài sinh tử, thì đại khái chúng ta đã hiểu về ***Thân Tâm Vô Minh, Thân Tâm Bát Nhã*** như toàn bài viết ở trên. Cho nên chẳng ai lại không muốn giải quyết vấn đề Vô Minh ấy, nhưng làm sao để hết vô minh thật sự ? Thì sau khi đã khá hiểu nguyên nhân Vô Minh cũng như hiểu rõ về Thân Tâm Bát Nhã rồi; vậy thì còn chần chờ gì mà chúng ta không đi ngay vào thực tế là: "***Hành Thâm Bát Nhã***", tức là áp dụng Bát Nhã ngay vào từng giây, từng phút, từng sát na qua mọi hoàn cảnh, mọi môi trường trong đời sống hiện hữu của chúng ta.

Muốn thực hành Bát Nhã một cách rốt ráo và thật hữu hiệu, thì chúng ta không thể nào rời khỏi công phu. Có nghĩa là ráng giữ sao cho công phu không bị gián đoạn, thì đó chính là ***thực hành Bát Nhã!*** cũng chính là ***Tâm Thường hằng***: "***thấy biết tường tận về vạn pháp***". Nó khác với Tâm Thức: Lúc thì có công phu, lúc lại không có công phu, bởi vì Tâm Thức thì luôn luôn bận rộn, luôn luôn suy nghĩ và lúc nào cũng phân tích tán loạn…

Còn Thân Tâm Bát Nhã thì tự động:

"Ngay nơi tướng mà lìa tướng, ngay nơi niệm mà lìa niệm".

Nghĩa lìa tướng ở đây, không phải là đem vứt bỏ mọi hình tướng đi, mà ngược lại như Bát Nhã đã dạy:

Sắc đã chính là **Không** và **Không** đã chính là **Sắc**

Nên: Thân không thể rời Tâm và Tâm không thể rời Thân

Cũng là: Thân Tâm không hề rời vũ trụ vạn vật,
và vũ trụ vạn vật không hề rời Thân Tâm

Mà tuyệt vời thay, Thân Tâm Bát Nhã ấy tự không dính mắc vào bất cứ cái gì, và cũng không có cái gì có thể làm ô nhiễm được nó! cho nên, vị nào đã ***thấm nhuần Bát Nhã*** một cách tuyệt đối, thì vị ấy đang ung dung thường lạc, hoằng hóa độ đời: vẫn ăn cơm, mặc áo, ngủ nghỉ, làm việc y như chúng ta, và cũng vẫn ở ngay nơi chúng ta đang hiện sống! nhưng các Ngài chẳng bao giờ dính mắc một cái gì cả, vì: *"**các ngài chính là Bát Nhã**"*, do vậy mà Đức Phật đã dạy rằng:

Phật Pháp không rời Thế Gian Pháp

Và Lăng Nghiêm Kinh cũng dạy y như vậy:

"Bản Thể Chân Như không ngăn ngại, tác dụng nhiệm mầu. Và tính tác dụng nhiệm mầu, không ngăn ngại Bản Thể Chân Như"

Cho nên, ý nghĩa buông bỏ của Bát Nhã là:

"Ở ngay muôn cảnh vật hiện hữu mà không bị một cảnh vật nào làm dính mắc hay lôi kéo cả! tức là Sáu Căn chẳng hề rời Sáu Trần, mà lại không vướng mắc Sáu Trần! sở dĩ chẳng chấp thật có Sáu Trần, bởi vì Sáu Trần là Bát Nhã, chẳng chấp thật có thân tâm và thế giới, bởi thân tâm và thế giới là Bát Nhã!"

Như thế là phù hợp "Đại Đạo" tức thông suốt Bát Nhã ở ngay thân tâm mình! tự động chúng ta đã có cái dụng là "**Thần**" ở ngay "**Thân**"! tức : "**ở nơi tướng mà vẫn là vô tướng**", không ngoài Thân Tâm hiện hữu của chúng ta bởi

Cái vốn Vô Vi là Đạo **(Tâm)**
Cái vốn Vô Tướng là Chân **(Thân)**
Cho nên Thân Tâm là đồng nhất
Tính Tướng như như

Cũng y như Lăng Nghiêm Kinh đã dạy:

Tính là **Tướng**, **Tướng** là **Tính**!

Đó chính là Chân Tâm Bát Nhã của chúng ta! chính cái Chân Tâm này vốn Vô Danh, Vô Tướng (***tức Chân Tri Kiến***), nó ra ngoài đối đãi: thật/giả, có/không…

Vì nó **Vô Tướng** như thế, nên chúng ta không thể học
bên ngoài mà có được.

Vì nó **vô tướng** như thế, nên nó không phải là một vật
được tạo ra!

Vì nếu *cái **Không** (tức **cái Vô Tướng**)* mà làm ra được, thì
nó không phải là ***Chân Không***

Và nếu cái **Sắc Tướng** tạo ra được thì
nó không phải là ***Chân Sắc***.

Chỉ vì nó là Bát Nhã nên:

Chân Không thì ***không danh từ,*** nên không có tên để gọi
Chân Sắc thì ***không hình tướng,*** nên không có tướng để trụ

Và:

Không danh từ mới là ***Chân Của Danh Từ***
(Không danh từ mới thật là danh từ)

Không hình tướng mới là ***Chân Của hình Tướng***
(Không hình tướng mới thật là hình tướng)

Đấy, Tri Kiến (**Thấy Biết của Trí Tuệ Bát Nhã**) là như thế đó, tính ***Thấy Biết*** này tự động ra ngoài đối đãi, năng sở! ngược lại với cái Thấy Biết của thế gian, thì do học hỏi bên ngoài mà có. Cái Tri Kiến Thế Gian tức (Cái Thấy Biết Thế Gian) thì rất hạn hẹp:

Bên trong thì:
Có năng, có sở, có nhân duyên đối đãi, như vậy là trong Tâm có nét, có cái khái niệm là hình tướng của cái Thấy Biết (tức là cái Giác phàm phu).

Bên ngoài thì:
Có thứ, có lớp, có cao, có thấp, có sự chứng nhận bằng cấp, giấy tờ vật chất thế gian! cái Thấy Biết này, nó nặng nề nên gọi là Thấy Biết bởi nhân duyên tạo ra.

Do đó Kinh dạy:

Tri Kiến hữu , thì hữu hoại
(Sự thấy biết có hình tướng thì sẽ bị hủy hoại)

Tri Kiến vô, thì vô hoại
(Sự thấy biết không do nhân duyên học hành mà có, nó vốn sẵn có thì không bị hoại)

Đã gọi là ***Chân Tri Kiến*** (*chân thật Thấy Biết*) thì hữu/vô (*có/không*) đều chẳng chấp thật nên:

Ngay nơi hữu (có) mà chẳng hữu (chẳng có).
Ngay nơi vô (không) mà chẳng vô (chẳng không)

Hữu, vô đều chẳng chấp, thì Tính Tướng như như, tịch nhiên vô vật, tức Bản Lai Vô Nhất Vật, và sự Diệu Hữu, Diệu Dụng tự hiển bày.

Bản Thể Tự Tính Bát Nhã tuyệt đối tịch nhiên là vậy, nên thể và dụng của nó cũng tuyệt đối viên dung, đúng như Kinh Lăng Nghiêm đã dạy, xin nhắc lại lần nữa:

"Bản Thể Chân Như không ngăn ngại, tác dụng nhiệm mầu.

Và tính tác dụng nhiệm mầu, không ngăn ngại Bản Thể Chân Như"

Thể dụng luôn đồng tịch tĩnh, đồng chiếu tỏa, luôn sống động thường hằng: Sự sự, vật vật, muôn cảnh đầy sức sống, đầy vi diệu, luôn biến biến, hóa hóa, hiện hữu quanh chúng ta, và ngay ở chúng ta từng giây, từng phút, từng sát na…

Sở dĩ chúng ta không nhận ra, vì Tâm ta luôn chạy theo vọng tưởng, còn thân ta thì luôn chạy theo vật, tức theo cảnh bên ngoài. Nếu chúng ta chịu hồi quang phản chiếu về Nội Tâm! bằng phương tiện là công phu thì sẽ có cơ hội trực nhận lại: "Bản Tính Chân Thật" của mình. Phật Tính này tuyệt đối trí tuệ, từ bi, bình đẳng và diệu dụng của nó đầy năng lực, đầy linh động, cũng như thần thông biến hóa tràn đầy pháp giới, không bút nào diễn tả cho xiết và cho đúng được.

Để được tương ứng và thực hành đúng mức về Hành Thâm Bát Nhã:

Thì hiện tại chúng ta chưa thật sự chứng ngộ, mà mới là giải ngộ về diệu lý Bát Nhã thôi, nên đương nhiên phải tu tâm, sửa tính để chuyển hóa Thân Tâm Ý Thức trở về nguyên thủy của nó là: "***Thân Tâm Trí Tuệ***", bằng những phương tiện không thể thiếu sau đây:

- Ăn chay
- Ngồi Thiền
- Công phu miên mật
- Buông xả tận cùng mọi tập khí, trong mọi hành động bất thiện, và buông đến độ vi tế nhất, là từng ý niệm xấu trong tâm tính đều được rũ sạch cả.
- Ăn năn, sám hối và sửa đổi mọi thói hư, tật xấu trong từng sát na để thanh lọc thân tâm.

Thực hành đúng như vậy, thì Tâm Trí Bát Nhã vốn sẵn có của chúng ta sẽ tự động hiển bầy, dù chẳng muốn! và cũng là đã đúng với mục đích:

Đang học Bát Nhã
Đang hiểu Bát Nhã
Đang thấm nhuần Bát Nhã
Và đang thực hành Bát Nhã

Vì là đề tài nói về: "**Vô Minh, Trí Tuệ** và **Giải Thoát**" nên ba vấn đề này cứ được nhắc đi nhắc lại, nhấn mạnh đi, nhấn mạnh lại mãi suốt từ đầu bài viết đến cuối bài viết. Lúc thì thô thiển, lúc lại chi tiết, cũng không ngoài mục đích là: muốn được chia sẻ với những ai đồng cảnh ngộ, đồng chí hướng, đồng là kẻ hữu học đang lần mò, cố hiểu mà vẫn còn nông cạn, thiếu sót! chúng tôi đang rất cần những Bậc Cao Minh, Thiện Tri Thức thương xót mà chỉ dạy cho, để chúng ta cùng tham khảo, cùng học hỏi, cùng thấu triệt hơn, cùng thấm nhuần hơn, cho sự ***Hành Thâm Bát Nhã*** được hanh thông, không bị trắc trở và lạc đường.

*

Gươm Bát Nhã

Trí tuệ Phật, Văn Thù Sư Lợi
Sư tử thiêng dẫm nát không gian
Gươm dơ lên, nước mắt cạn khan
Gươm hồi lại, vô minh rụi tắt

Gươm nghiêng nghiêng, Tu Di sụp nát
Gươm ngả về, phiền não sạch sanh
Gươm xoay ngang, sinh tử nát tan
Gươm hướng dọc, như như tự tại

Gươm trí tuệ, Văn Thù Sư Lợi
Hét vang lên, bát nhã không lời
Đưa chúng sinh rời khỏi luân hồi
Giải thoát cả mười phương ba cõi

Vung tay lên, gươm vào tuyệt đối
Rút tay về, siêu việt không gian
Tuốt gươm thiêng, vũ trụ tiêu tan
Thâu gươm lại, thời gian đoạn tuyệt

Nếu Muốn Giác Ngộ Thật Sự! Thì Hãy Tránh Xa Mọi Cạm Bẫy của Những Nịnh Bợ, Danh Vọng, Tiền Tài và Ái Dục

Thế nào là người thật sự Giác Ngộ?

Người Giác Ngộ đứng đắn thật sự, thì tự động không còn một liên hệ nào:

Về sự tham lam tiền tài, danh vọng.
Về sự si mê ái dục.
Về sự thích nịnh bợ, và ưa nịnh bợ.
Về sự hưởng thụ bất cứ cái gì, và mọi tập khí: ăn gian, nói dối, ích kỷ, ngạo mạn, thủ đoạn, lưu manh, đua tranh, ác độc v.v..

Nếu còn dây mơ, rễ má một chút nào về những thứ ấy, tức là còn vương vấn Ngũ Uẩn là chưa viên mãn! bởi thế chúng ta hãy can đảm mà đo lường, minh xét, tức tự lên án xem mình đã tu hành tới cỡ nào? Và cần phải sửa đổi về mặt nào để tinh tấn thăng hoa.

Nếu là người tu hành chân chính, không cứ phải là người Xuất Gia, mà bất cứ ai có lòng chân thật, đứng đắn thì đều nên tránh xa những cái bả phiền toái ấy. Vì không những nó đã cản trở bước tiến của mình, lại còn làm mất thời gian, và tạo rất nhiều phiền não nữa!

Với những người đã tu hành ở mức độ cao, hay đã Đắc Đạo thì không những đã bất khuất, đã không tránh né, mà ngược lại còn thu phục chúng nữa là khác.

Với những người phàm phu yếu đuối như chúng ta, thì không những đã phải có công phu để giữ mình khỏi bị ô nhiễm! mà còn phải tránh xa vạn dặm, khi bị đương đầu với những cạm bẫy đó.

Còn với những người thường tình không tu hành gì, không hiểu Đạo Lý gì, thì hầu như ai cũng quỵ lụy, cũng mong cầu những thứ ấy đã đành! nhưng lạ thay, có rất nhiều người đã tu hành khá cao, Đạo Pháp cũng đã thâm sâu khá nhiều, ấy thế mà:

Khi gặp các quan quyền có chức vị, thì lại khúm núm
Khi gặp kẻ giầu có, thì lại sợ sệt
Khi gặp người đẹp, thì lại đuổi đeo, dính mắc
Và khi gặp tất cả những gì có lợi cho bản ngã thì đều nịnh bợ để mua danh, mua phận; hoặc nếu không mua được một chút gì cả, mà chỉ là dựa hơi thôi! tức được thơm lây để mơn trớn cho tự ngã của mình, và để huênh hoang với mọi người thì cũng cảm thấy mình được vinh hạnh lắm.

Với những loại người mất nhân vị, không có tư cách này, thật là đáng thương, đáng tội nghiệp! nếu họ không chịu mở mắt ra, mà cứ u mê, ám chướng mãi như thế, thì cho dù họ có tu bao đời bao kiếp đi chăng nữa, cũng vẫn chỉ là cứ: "**nấu cát mà muốn thành cơm**!"

*

Buông Xả Tuyệt Đối là "Tuyệt Đối"

Buông xả đây, là buông tâm đối đãi
Để thôi đi, cái nghiệp kiếp bi ai
Siêu việt ngoài cái sai, cái đúng
Vượt ra ngoài đây thắm, kia phai

Buông xả đây, là buông tâm biên kiến
Để thôi đi, cái sinh, diệt triền miên
Việt siêu ngoài cái không và cái có
Vượt ra ngoài không, sắc vẻ ảo huyền

Buông xả đây, là bỏ hết ưu phiền
Bỏ tuyệt đối, mọi tập khí đảo điên
Bỏ tham, sân, si, mạn nghi, lười biếng
Thù hận, ghét, ghen, ích kỷ liên miên

Buông xả đây, không phải bỏ gia đình
Vẫn vợ chồng, con cháu trọn trung trinh
Nhưng không cột tâm, muôn điều vướng mắc
Không đắm say, dục ái nặng, vô minh

Buông xả đây, hy sinh quên thân mình
Can đảm lên, bỏ tập khí điêu linh
Dù gian khổ, khó khăn, thôi cố gắng
Vượt ra ngoài, dây xiềng xích tử sinh!

Dù tu sĩ, hay dù là cư sĩ
Nếu quyết tâm, ta còn sợ nỗi gì?
Bỏ buông hết, mọi thói hư, tật xấu
Xả tột cùng, là ĐẠO chớ còn chi?

Bỏ

Phật pháp không rời pháp thế gian
Sợ gì chẳng bỏ, chớ than van
Bỏ đi, đừng ngại vì vẫn đấy
Thôi bỏ cho rồi, hết gian nan

Tiền tài, danh vọng bỏ đi thôi
Ngay cả thân này cũng thế thôi

Ngũ dục giết người, không súng đạn
Đua tranh sáu nẻo, chẳng xa vời

Thù hận, sân si liền địa ngục
Vợ đẹp, con khôn, rắn hại người

Biết rồi, lỡ dại nay từ bỏ
Bỏ rồi, bỏ mãi, bỏ sạch thôi

Sinh tử hết rồi đâu đáng sợ
Thôi người, hãy bỏ, bỏ đi thôi

Ghi chú: "Bỏ" đây là bỏ cái tâm phàm, mê đắm thôi.

Khai Quang, Điểm Nhãn và An Vị Phật!

Đã gọi là Phật thì trí tuệ sáng ngời, chiếu rọi mười phương tam thế! trí tuệ ấy chiếu tới đâu thì màn vô minh dù có rắn chắc như sắt, như thép cũng đều phải tan rã.

Đã gọi là Phật thì có Phật Nhãn nhìn thấu khắp tam thiên, đại thiên thế giới. Thấu rõ từng chi tiết qua từng vật to như trái núi cho đến vật nhỏ hơn hạt bụi, là những mảnh mún gần bằng hư không! cái thấy của Phật nhãn đã siêu việt đến như thế thì làm sao lại còn cần ai khai quang, điểm nhãn nữa?

Đã gọi là Phật thì thường hằng bất biến, vi diệu, nhiệm mầu, từ bi, trí tuệ, đức độ vô ngần, vô mé, toàn chân, toàn thiện, toàn mỹ! Phật thì vượt không gian (*bất khứ, bất lai, bất trụ)*, tức không đến, không đi; cũng không trụ vào bất cứ cái gì, là đã tự thường trụ! vì là cùng khắp, vậy thì làm sao mà an vị cho Phật được?

Đã gọi là Phật thì siêu việt mọi lý luận, danh từ, lời nói và sự thấy biết giới hạn của bộ óc thế gian, tức vượt ngoài nhị biên tương đối lẫn tuyệt đối, nhưng lại không rời thế giới tương đối, tuyệt đối này!

Chúng ta đang ở thế giới tương đối thì dĩ nhiên mọi ý, mọi lời nói, mọi hành động đều trong tương đối! nên chấp chước đủ điều, cái gì cũng cho là thật cả, mà không biết mọi hiện tượng của vũ trụ vạn vật đều do nhân duyên xuất thế gian hóa hiện… nên chỉ giống như có, mà không phải thật là có, giống như không mà không phải thật là không! thế mà trước muôn cảnh hiện hóa ấy chúng ta cứ tác ý này, tác ý nọ, rồi: chấp thật, chấp giả và phân biệt tán loạn, cũng như gán tên, gán tuổi, đảo ngược nhân duyên siêu thế thành nhân duyên ô nhiễm! nào là số hệ tốt, số hệ xấu, nào là vận xui, vận hên, nào là mê tín dị đoan, đến nỗi hô thần nhập địa… lại dám phạm thượng khai quang điểm nhãn cho Phật, rồi bắt Phật an vị, ngồi yên một chỗ! những cái vô lý đi ngược lại với chính pháp, Đức Phật không bao giờ chấp nhận mê tín dị đoan như thế.

Vì thói quen, chúng ta vô tình cứ làm theo truyền thống mà không ý thức rằng chỉ nên theo, chỉ nên kính trọng, chỉ nên giữ gìn những phong tục, truyền thống nào hay. Còn những phong tục, truyền thống nào dở, quá vô minh, quá mê tín dị đoan thì không nên theo nữa, để tránh mọi nhân quả, nghiệp báo oan uổng!

Người đời cao không tới, thấp không thông mà cứ bày vẽ đủ thứ, không chịu đi sâu vào chính pháp để khiêm cung học hỏi, để tu sửa mọi lỗi lầm sai quấy! nếu tự mình si mê, tự mình gây tội lỗi thì cũng đành, vì mình làm thì mình chịu! Nhưng lại đi hướng dẫn mọi người mê muội theo mình thì tội nặng không biết đến nhường nào.

Chúng ta còn là phàm phu đầy ô nhiễm với đôi nhục nhãn, có mắt cũng như mù thì làm sao lại có thể đi khai quang, điểm nhãn cho Phật, là người mắt sáng, tức Phật Nhãn, là siêu việt nhãn!

Tất cả cũng chỉ vì vô minh không hiểu rõ về Phật. Phật đây là Phật Tính, là Tính Không, là Chân Không. Đã là Tính Không, là Chân Không thì không có nơi, không có chỗ, mà là cùng khắp nên không có trụ, cũng không có đến, không có đi! thì hỏi rằng chỗ nào mà trụ, mà ngồi, mà an vị?

Tuy nhiên chớ hiểu rằng Tính Không là không có cái gì cả, thì sẽ bị lọt vào vô ký không, là cái Không của đoạn diệt, cũng là cái Không của địa ngục thì nguy to!

Tính Không ở đây là Chân Không Diệu Hữu, Tự Tính của nó Trùng Trùng Duyên Khởi nên muôn hình, vạn trạng không bao giờ ngưng nghỉ (Kinh Hoa Nghiêm). Duyên khởi này là duyên khởi xuất thế gian, hóa hiện, hiện hóa muôn cảnh, muôn vật sai biệt, tức mọi hiện tượng của vũ trụ vạn vật hiện hữu. (Vì huyễn hóa mà thể hiện cái thật tướng!). Nên trong kinh nói "Phật pháp không rời thế gian pháp" là thế đó.

Sắc không thể rời Không (Bát Nhã Tâm Kinh)
Tính chẳng hề rời Tướng (Lăng Nghiêm Kinh)
Thân không thể rời Tâm (Lăng Nghiêm Kinh)
"Hư không" không rời vũ trụ vạn vật
Phật Pháp không rời Thế Gian Pháp

Hư không là cái không có tự thể, tức cái "Hư Thể", là bản thể trống rỗng mà lại có Tính Giác cùng khắp Hư Không; nên còn gọi là "Tính Không", và cũng vì nó có Tính hóa hiện cùng khắp như thế nên mới chính là "Chân Không Diệu Hữu"! tự nó hóa hiện vạn vật và đã gọi là hóa hiện thì chỉ giống như có mà không phải là thật có, giống như không mà không phải là thật không, tức nó vượt cả Có lẫn Không, (Lăng Nghiêm Kinh dậy như vậy).

Đúng thế, nó:

Vừa ẩn mật nên giống như Không, vừa hiện hữu nên giống như Có
Vừa linh diệu nên giống như Không, vừa nhiệm mầu nên giống như Có
Vừa bí ẩn nên giống như Không, vừa hiện tướng nên giống như Có

Vừa trống rỗng nên giống như Không, vừa có hình tướng nên giống như Có
Vừa là Tính, tức Tính Giác, vừa Hiện Tướng, tức Vi Diệu
Vừa là Tính Giác (tức Minh, là Trí Tuệ), vừa là Tướng tức Nhiệm Mầu hữu dụng…

Cái đó tạm gọi là "Phật", Phật siêu việt đến thế, mà vi diệu thay! Phật Tính ấy lại sẵn có trong muôn loài, muôn vật đang hiện hữu và hữu dụng từng sát na ở thế gian này!

Vậy thì Phật có cần chúng ta khai quang, điểm nhãn và an vị không?

*

Ánh Mắt Nào?

Dù cuộc đời đầy thăng trầm, biến đổi
Ánh mắt nào vẫn trong trắng, tinh khôi
Vẫn sắt son, vẫn tha thiết, sáng ngời
Vẫn tĩnh lặng, êm đềm mà sôi nổi
Nói nhiều thế? Đã nói trọn muôn lời
Ánh mắt ơi, sao chẳng chút phai phôi!
Cùng khắp cả thời gian, không gian đấy
Chẳng, chẳng gì, chỉ ánh mắt mà thôi ...

Điệp Khúc

Dù cuộc đời đầy thăng trầm, biến đổi
Ánh mắt nào vẫn trong trắng tinh khôi
Vẫn sắt son, vẫn tha thiết sáng ngời
Siêu tĩnh động, êm đềm và sôi nổi
Vượt tĩnh động êm đềm và nổi sôi
Nói nhiều thế? Đã nói trọn muôn lời
Ánh mắt ơi, sao chẳng chút phai phôi!
Cùng khắp cả thời gian, không gian đấy
Chẳng, chẳng gì, chỉ ánh mắt mà thôi...

Phật Thừa

Đức Từ Phụ Thích Ca Mâu Ni đã trải qua biết bao chông gai, gian khổ trên bước đường tầm sư học Đạo để tu hành cho đến khi Thành Đạo. Sau khi thành Đạo rồi, Ngài lại vẫn phải vất vả, gian nan, hy sinh, dấn thân đi khắp muôn phương để hoằng hóa. Chỉ vì lòng từ bi vô lượng, thương xót chúng sinh đang ngụp lặn trong biển sinh tử với đầy nước mắt phiền não, đau thương vô cùng tận! nhưng vì vô minh sâu dầy nên vẫn chẳng biết gì, mà cho dù có biết chăng nữa, có muốn giải thoát thì cũng chẳng biết đường nào mà ra. Thế cho nên Ngài mới khổ công giáo huấn, dạy dỗ, thuyết giảng không ngừng nghỉ suốt bốn mươi lăm năm bằng đủ mọi cách, đủ mọi phương tiện... Bằng cốt tủy cô đọng qua những kinh nghiệm Giác Ngộ của chính mình, Ngài đã thiên biến vạn hóa một biển Kinh Pháp sâu rộng mênh mông với tám mươi bốn ngàn pháp môn để cứu vớt chúng sinh.

Thật ra, đã gọi là Chân Như Phật Tính thì làm sao mà có đường, có lối, có đi, có về, có văn tự lời nói cho được! nhưng vì phương tiện nên mới có muôn đường, muôn lối, muôn phương pháp cũng không ngoài mục đích là để chỉ dẫn cách thức tu hành sao cho có kết quả mà thôi.

Đúng như vậy, vì căn cơ nghiệp chướng và sự hiểu biết của chúng sinh khác nhau, nên Đức Phật cũng phải dùng phương tiện khác nhau để chỉ dạy. Ngài đã trao tặng Bảo Pháp và đường hướng cho chúng ta. Thấy dường như có cao, có thấp, nhưng thật ra những phương tiện ấy đều có giá trị bình đẳng như nhau, đó là "Phật Thừa" không hơn, không kém nhau dù bằng một sợi tóc, nếu chúng ta chịu khó đi thật sâu và biết khai triển.

Vâng, tùy nhân duyên và trình độ, mỗi chúng ta đều có một sản nghiệp phù hợp với căn cơ do chính mình lựa chọn, đó là những pháp môn của Đấng Giác Ngộ đã để dành sẵn tặng cho từng người. Đấng cha lành từ bi, trí tuệ, bình đẳng như thế thì đương nhiên tình thương cũng bình đẳng, và những món quà cho từng đứa con cũng bình đẳng y như vậy.

Nếu là người chín chắn, hỏi ai tu hành mà lại không chọn cho mình một đường lối thật thích hợp, và không ít thì nhiều ai cũng biết đại khái về lý thuyết, về mục đích của sự tu hành là:

tu để sạch phiền não
tu để hết vô minh
tu để ra ngoài Tam Giới
tu để không còn Sinh Tử Luân Hồi

Khi đã hết vô minh là tự động có sự an nhiên, tự tại vĩnh viễn! cái tự tại siêu việt này còn được gọi bằng nhiều danh từ khác nhau như:

Đã về nhà, về cội , về quê cũ ...
(Mặc dù không có đi, không có về nhưng đây là những danh từ của thế gian không thể tránh)

Lý do gọi tên khác nhau vì sự phù hợp cho từng môi trường và hoàn cảnh nên không gọi thẳng là:

Chân Như, Bản Lai Diện Mục, Tự Tính, Phật Tính...

Có rất nhiều người hiểu lầm về danh từ và nghĩa lý sâu xa của "*Tự Tính*" nên cứ dựa vào đó mà nói rằng:

Không có đường lối gì!
Không một phương pháp gì!
Không có văn tự, lời nói gì cả!

Và hễ thấy ai nói hoặc viết gì thì cũng bảo là đã lọt vào Tứ Cú rồi! nghĩa là cứ gàn dở bám chặt vào Tự Tính mà lại không hiểu nổi cái ý nghĩa sâu xa, siêu việt của Tự Tính; nên đã nông nổi lại còn cao ngạo, chấp chước đến nỗi: không còn ai được mở miệng, không còn ai được nhúc nhích, và cũng không còn ai được quyền giải thích bất cứ cái gì… Chỉ vì họ quá nông cạn mà chấp rằng: *"Thiền là không được nói gì hết, chỉ im lìm mà thôi!"*.

Trong thực tế, Đức Phật thuyết giảng ròng rã bốn mươi lăm năm, để lại một biển Pháp sâu rộng mênh mông với đầy đủ phương tiện… Do lẽ đó, dù ai nói Đông, nói Tây gì cũng mặc! đường ta, ta cứ đi, Ai chấp không đường lối, không danh tự lời nói, không cần tu vì "*vô tu vô chứng*" là vì họ chưa rốt ráo và chỉ hiểu một chiều!

Riêng chúng ta, vì căn cơ nghiệp chướng và sự hiểu biết không đồng đều, nên ai cũng vẫn cần chọn cho mình một đường lối riêng, một phương pháp riêng mà tu. Chẳng có một ai lại không thể thích hợp với một trong những đường lối của đức Phật đưa ra. Mỗi chúng ta cần một phương pháp, dùng nó làm kim chỉ nam, làm phương tiện dẫn dắt. Kết quả của sự tu hành nhanh hay chậm đều là do phương pháp, đường lối tu tập và sự nỗ lực của chính mình.

*

Phật Thừa

Trì Chú, niệm Phật, Câu Thoại Đầu, Công Án
Pháp môn nào chẳng là châu ngọc, trầm, lan
Quán, Chỉ, Thiền đều tám bốn ngàn môn pháp
Chỉ phương tiện thôi, mà thoát khỏi gian nan

Nhất Thừa Tuyệt Đối sao còn kém, còn hơn?
Sao còn so sánh, còn Nhị Biên nhỏ, lớn!
Nhưng tùy nhân duyên, tùy căn cơ, nghiệp chướng
Chứ chẳng pháp môn nào cao, thấp, kém, hơn

Tiểu, Trung, Đại thừa hay dù Tối Thượng Thừa
Chân nghĩa "Phật Thừa"; hỏi "Ai thấu cho chưa?"
Hình tướng, danh từ gây oan khiên, nghiệp chướng
Phương tiện dùng xong, thôi buông bỏ, "không chừa"

Ghi Chú:

Tám mươi bốn ngàn Pháp Môn: Vì chúng sinh có tám mươi bốn ngàn trần lao phiền não nên Đức Phật với trí tuệ Bát Nhã, đã phương tiện tạm giả lập tám mươi bốn ngàn Pháp Môn, và mười hai Đại Tạng Kinh để khai ngộ chúng sinh là thế.

Không chừa: không còn chừa giữ một mảy may gì trong Tâm, dù là một ý niệm thoáng qua rất nhỏ, rất vi tế.

Chấp Không Nói Là Thiền

Nhiều người chấp Thiền là không nói
Chẳng nói chi mới chính là Thiền
Chấp chước thế nhiều lụy, nhiều phiền
Mình trói mình trong nghiệp oan khiên!

Nói, không nói vẫn là nhị biên
Có với không sao gọi là Thiền?
Lạc, càng lạc, sâu vào tương đối
Tử với Sinh, nào phải an nhiên

Bốn chín năm thuyết pháp, độ sinh
Biết bao Pháp, Mười Hai Tạng Kinh!
Phật: "Một lời ta chưa hề nói"
Tan tành vũ trụ; A Tính Linh!

Động, tịnh vượt phải đấy nhiệm mầu
Viên-Tròn-Viên, Đệ Nhất Nghĩa sâu
Sắc với không, làm sao cho thấu
Trong bàn tay đã có Bảo Châu

Hàng Phục Tâm

Đầu óc chúng ta suốt ngày đêm nghĩ ngợi, nói năng thầm thì không bao giờ ngưng nghỉ, chẳng khác gì những người điên! người điên thì nói ra miệng, còn chúng ta thì không nói ra tiếng mà nói thầm thì trong đầu. Đó là cái Vọng Tâm Thức điên đảo đã gây nên thảm trạng như thế; khiến chúng ta không thể an lạc, nó cũng ảnh hưởng rất nhiều đến sức khỏe và Thân Tâm để rồi mau già, mau chết!

Chúng ta đã biết mọi phiền não đều do cái Tâm, mà cái Tâm lại không hề rời cái Thân giây phút nào. Do đó khi Tâm Ý Thức ô nhiễm thì Thân và khẩu cũng ô nhiễm! khi Tâm Ý Thức ra lệnh cho khẩu *(miệng)* nói điều lành hay nói điều dữ, thì Thân chúng ta cũng tự động thi hành theo những động tác lành hay dữ đó qua khuôn mặt, ánh mắt, chân tay, thân thể…

Vì vậy mà chúng ta đã tạo không biết bao nhiêu là Nghiệp Thiện/Ác… để rồi những Nghiệp Thiện/Ác này tự chiêu cảm thành giòng luân hồi sinh tử kiên cố không bao giờ dứt! thật là thảm thương, bởi vì cái giòng nghiệp báo được tạo dựng nên ấy lại toàn là Nhân và Quả Thiện/Ác của chính mình.

Xét cho kỹ, suy cho cùng thì mọi tội lỗi vẫn đều tại cái Tâm Thức Vọng Tưởng mà ra! cho nên Đức Phật đã hướng dạy chúng ta bằng rất nhiều phương pháp, mục đích không ngoài việc làm sao hàng phục cho được cái Tâm lăng xăng, lộn xộn đang tạo nghiệp chướng ấy. Phương cách đối trị với Vọng Tâm Thức có rất nhiều, nhưng để không phức tạp, không khó hiểu và khó thực hành thì chúng ta nên dùng phương tiện nào giản dị và thực tế nhất, để không bị đi lạc vào những trường hợp trầm trọng, nguy hiểm như sau:

Khi đang thực hành mà lạc vào Vô Ký Không thì chúng ta lại tưởng là mình đang trong Đại Định!

Khi đang thực hành mà thấy những hiện tượng lạ, chẳng hạn như thấy Phật, thấy ma hoặc thấy bất cứ cái gì khác thường, thì chúng ta cũng đều tưởng là mình đã đạt được một cái gì đó.

Khi đang thực hành mà nghe tiếng nói của người đã chết, của Bồ Tát, của Phật, hoặc ngửi được mùi thơm này, mùi thơm kia thì đại khái chúng ta cũng có những tư tưởng như trên.

Sự thật, cho dù là thấy hiện tượng siêu việt đến đâu chăng nữa, thì tất cả những thứ hiện hữu chốc lát ấy, đều chỉ là cái Vọng Tưởng giả dối, tức Ma Cảnh mà thôi! sở dĩ chúng ta hay thấy những thứ ấy, là vì trong cái Tâm Thức sâu thẳm chúng ta thường mong mỏi được thấy cái này, được thấy cái nọ... nên đến khi thấy được những sự lạ đó, thì lại tưởng là mình đã Chứng, đã Đắc một cái gì rồi.

Trong thực tế thì không phải vậy, vì những gì hiện ra trong chớp nhoáng vài giây, vài phút đó đều không phải là thật.

Có những trường hợp khi đang thực hành, mà thấy dứt hết mọi vọng niệm, và chỉ còn lại một niệm thanh thanh, tịnh tịnh và an vui, thì chúng ta lại tưởng là mình đang ở Thiên Đàng, hay Cực Lạc. Có biết đâu là chúng ta đang chấp thật có Cực Lạc! và chỉ chú trọng đến cái Tâm thanh thanh, tịnh tịnh ấy mà quên mất cái Thân, tức đang bị rơi vào tình trạng "Hữu Trí Vô Thân", là có "Trí" mà không có "Thân"! *(Hầu hết chúng ta chỉ chú trọng giữ cái "Trí" mà vứt bỏ đi cái "Thân", vì quan niệm rằng cái "Thân" này là ô nhiễm).*

Và khi đang thực hành, mà chấp vào cái "Thân" này là có thật, nên không muốn mất nó, có nghĩa là muốn được sống mãi, không muốn chết. Cho nên nếu bị chết, thì coi như đã mất hết! tức là chúng ta bị rơi vào tình trạng "Hữu Thân Vô Trí", có nghĩa là chỉ chú trọng vào cái "Thân" mà quên đi cái "Trí". Nếu chỉ có "Thân" mà không có "Trí" là bị u mê tăm tối.

Hãy trở về thực tại như Đức Phật đã dạy: *"Mất Thân này là tự động có ngay Thân khác"* vì:

Thân Tâm không thể tách rời nhau
Tính Tướng chỉ là một
Vô Tướng, Hữu Tướng không phải là hai
Sắc/Không thì cũng y như vậy
Phật Pháp không hề rời chúng sinh
Phật Pháp không rời thế gian pháp

Do đó mà chúng ta phải có cả Hữu Trí lẫn Hữu Thân, tức là có cả Thân lẫn Trí mới hợp lý, hợp sự, hợp Phật Pháp.

Vì thế cho nên, trên lộ trình Giác Ngộ, đường lối nào đạt được đúng Chân Lý thì coi như chắc chắn sẽ thành công. Muốn thành công là phải hàng phục được cái Tâm Thức, mà muốn hàng phục được cái Tâm Thức thì chúng ta cần phương tiện để hành trì gọi là "**công phu**".

Bất cứ phương tiện nào, công phu nào mà không bị gián đoạn thì cũng đều đạt được mục đích tối thượng y như nhau. Vì mục đích của hàng phục Tâm là làm sao cho Tán Loạn Tâm trở về Nhất Tâm! cho nên khi chúng ta dùng phương tiện là Niệm Phật, hay Trì chú, thì phải Niệm, phải Trì đến độ Nhất Tâm Bất Loạn (*tức trong Tâm chỉ còn đơn độc một Chân Niệm).* Có nghĩa là làm sao chỉ còn đơn thuần một cái "**Niệm**" đang niệm Phật, hay một cái "Niệm" đang Trì Chú, mà thôi.

Được như vậy mới gọi là Đơn Tâm. Khi có được đúng chân nghĩa của Đơn Tâm, thì sẽ không bị bất cứ một tạp niệm gì xen vào như: Niệm mong cầu, Niệm đổi chác, Niệm muốn nhìn thấy cái này, Niệm muốn được thấy cái kia…

Bởi thế khi đang công phu, nếu chúng ta có thấy được cái gì, như thấy ánh sáng, ngửi thấy mùi thơm, hoặc cho dù là thấy Phật đi nữa thì cũng vẫn là ma cảnh! chỉ vì cái gì có thể thấy được, ngửi được, đều là có hình, có tướng, mà khi đã có hình, có tướng thì đều là vọng giả hết! do vậy bất cứ công phu nào mà có một đối tượng: hình tướng để dựa dẫm, hoặc có một tạp niệm nào xen vào, thì đều không phải là Chân Như Niệm, không phải là Đơn Tâm.

Còn khi chúng ta dùng phương tiện là Thiền thì bắt buộc phải chú tâm tột độ vào câu Công Án, hay câu Thoại Đầu vô tướng (không có đối tượng). Thí dụ: "MU" là gì? Niệm Phật là ai? Cứ hỏi như vậy, hỏi liên tục, hỏi không gián đoạn, tức hỏi mãi, và hỏi cho tới cùng, bất kể thời gian! được như vậy thì dĩ nhiên là không có một sự chia trí nào, cũng như không có một tạp niệm nào… theo Lai Qủa Thiền Sư: "Khi công phu đến độ miên mật, nhưng vẫn còn một chút tạp niệm tức là vẫn còn có chỗ cho Diêm Vương lọt vào để bắt chúng ta!". Thì đó chưa có thể gọi là công phu miên mật, vì vẫn còn có chỗ bị gián đoạn.

Khi công phu còn bị gián đoạn, là chưa đạt được Đơn Tâm. Mà khi chưa đạt được Đơn Tâm thì vẫn còn trong cái Thức Tâm, nên mới bị ở trong tình trạng: lúc có công phu, lúc lại không có công phu! *(Khi mất công phu là đã đi lạc vào Vô Ký Không, hay đã bị lôi cuốn bởi những suy nghĩ vẩn vơ...)*

Nếu quả là Đơn Tâm thật, tức Chân Như Niệm thật, thì tự động nó liên tục không bị gián đoạn. Vì nó là cái vô tướng thuần nhất, bất biến thường hằng, tức là cái vượt Nhị Biên có/không, thật/giả. Nó chính là Tính Thấy, Tính Nghe, Tính Hay Biết, nên đương nhiên nó không có đối tượng bao giờ, thì làm sao mà có tạp niệm!

Tóm lại và nhắc lại, dù là Niệm Phật, Trì chú, Thiền Chỉ, Thiền Quán, hay Tổ Sư Thiền mà không đạt được Nhất Tâm là chưa hàng phục được Tâm, là còn trong Vọng Tâm Thức! nên mới bị ở trong tình trạng: lúc thì có công phu, lúc lại không có công phu; lúc bị xen tạp niệm, và lúc không có tạp niệm thì lại bị rơi vào vô ký không! cứ loanh quanh, luẩn quẩn như thế, thì kết cuộc chỉ là ở mãi trong vòng Nhị Biên Có với Không, Chính Niệm với Tà Niệm, Niệm với Vô Niệm mà thôi!

Muốn tránh những phiền toái không thể hàng phục được Tâm như vậy thì chỉ có cách:

> Chúng ta ráng giữ chặt câu Thoại Đầu, câu Công Án, thì sẽ không bị lọt vào Vô Ký Không. Còn nếu để lọt vào Vô Ký Không thì sẽ mất câu Công Án!
>
> Cũng như nếu chúng ta cứ bận bịu liên miên với sự suy nghĩ, gọi là tạp niệm thì sẽ không có công phu, vì nếu có công phu thì sẽ không có tạp niệm suy nghĩ như vậy.

Bởi vì chúng ta chỉ có duy nhất một cái Tâm. Nếu nó đã ở cành đào thì thôi không ở cánh mận là thế.

Do đó, muốn Hàng Phục Tâm để ra ngoài sống chết, thì chúng ta phải luôn luôn tự nhắc nhở mình một cách quyết liệt rằng:

> Một là chúng ta được ra ngoài sự sống chết để được tự tại, thường lạc, thì đừng để mất công phu.
>
> Hai là chúng ta phải bị đớn đau với đầy phiền não và sự sống chết triền miên, thì cứ việc suy nghĩ mãi không ngừng …

Sở dĩ phải tự nhắc nhở như vậy, là để chúng ta có sự sợ hãi nên phải can đảm và dũng mãnh, làm sao không bị tạp niệm lôi cuốn làm mất công phu; hoặc không làm mất công phu, thì bị rơi vào Vô Ký Không! vì mất công phu là đi vào sinh tử!

Vậy là muôn sự phức tạp hay giản dị đều ở nơi chúng ta có hàng phục được Tâm mình hay không? Nếu làm được thì ra khỏi phiền não sinh tử, còn nếu không làm được thì đành ở trong vòng bánh xe luân hồi sinh tử mãi mãi mà thôi.

Việc Hàng Phục Tâm chỉ là thế! nhưng chẳng mấy ai chịu hiểu để thực hành cho đúng mức của nó. Chỉ vì chúng ta từ vô thủy đã có những chứng bệnh lười biếng, thiếu can đảm, thiếu tự tin và nhất là hay nghi ngờ, nên dễ chán nản mà buông xuôi để đành chấp nhận mọi biến cố đau thương vậy.

Chú Ý:

Với công phu Vô Tướng là tự động không dựa dẫm vào đâu, thì đó chính là Tâm Vô Sở Trụ.

Với công phu Hữu Tướng là có sự dựa dẫm vào một đối tượng nào đó, cho dù là dựa vào Phật, vào Bồ Tát, thì cũng vẫn là ở trong Nhị Biên Tương Đối.

*

Công Phu

(Trì Chú, Thiền, Niệm Phật…)

Cái đang tĩnh lặng nhận ra, từng câu ***Trì Chú*** *thiêng liêng*
Cái đang tĩnh lặng nhận ra, câu ***Niệm Phật*** *diệu huyền*
Cái đang tĩnh lặng nhận ra, ***Công Phu*** *vẹn toàn hay chia trí*
Cái đang tĩnh lặng nhận ra, ***Ai*** *hiện hữu an nhiên?*

Cái đang tĩnh lặng nhận ra, câu ***Công Án*** *triền miên*
Cái đang tĩnh lặng nhận ra, mọi ***Vọng Tưởng*** *làm phiền*
Cái đang tĩnh lặng nhận ra, sao nhiệm mầu sắc bén?
Cái đang tĩnh lặng nhận ra, ôi tuyệt diệu siêu nhiên!

Cái đang tĩnh lặng nhận ra, chưa hề liên đới Nhị Biên
Cái đang tĩnh lặng nhận ra, âm thầm hiểu thấu mọi điều
Cái đang tĩnh lặng nhận ra, mặc ai tranh đua, gán ghép
Cái đang tĩnh lặng nhận ra, cứ tịch tĩnh y nguyên!

Công Phu Miên Mật

Công phu miên mật ta không phạm giới luật
Tâm công phu, hỏi thân còn phạm giới gì?
Tâm công phu, hỏi khẩu, ý phạm luật chi?
Vậy:
Công phu miên mật là hành trì Luật Giới

Niệm Phật, Tham Thiền hay khi đang Trì Chú
Liên tục, miệt mài, ta gọi đó "Công phu"
Không giải đãi là bổn phận của người tu
Được giải thoát, là do công phu miên mật

Tập trung niệm Phật như người đang đấu kiếm
Mắt không mù, ta thấy khán giả ngồi xem
Tai không điếc, nên ta nghe họ chê khen
Chi cũng mặc, chỉ một đường ta tiến tới

Công phu liên tục, là công phu thành khối
Tay kiếm buông lơi, là sống chết như chơi
Nỗ lực chú tâm, là đúng đấy người ơi
Vọng tưởng tâm gì, cũng coi như khán giả

Khán giả dù đông, vẫn coi tựa như không
Mục đích chính là công phu không buông thả
Không buông thả, là công phu ta thành phiến
Phiến đã thành rồi, tự ta bật tiếng ca

Thần Thông

Trong cuộc đời của con người dù già, trẻ, lớn, bé, đàn ông, đàn bà, ai cũng có những mơ ước riêng tư. Nhưng mơ ước nhiều hay ít, to hay nhỏ là tùy vào tham vọng của từng cá nhân. Do lẽ đó mà có rất nhiều câu chuyện thần thoại giả tưởng, làm cho những mộng ước ấy được thành sự thật! nhưng đó chỉ là sự thật ở trong mơ! nên dù là giấc mơ nào tuyệt vời tới đâu chăng nữa, thì nó cũng vẫn chỉ là mơ!

Thí dụ qua những câu chuyện Thần Thoại dưới đây:

Tấm Cám
Cô Bé Lọ Lem
Nàng Bạch Tuyết và Bảy Chú Lùn
Thanh Xà, Bạch Xà
Aladin với Cây Đèn Thần
Đôi Đũa Thần
Ba Điều Ước
Tề Thiên Đại Thánh …

Nếu mọi chuyện thần thoại mà thành sự thật, thì quả đó đúng là "Thần Thông". Vậy thì ra hầu hết chúng ta đều mơ ước và say mê "Thần Thông"!

Trẻ con thì mơ bánh kẹo, đồ chơi, quần áo đẹp ...

Đàn bà thì mơ sắc đẹp, nữ trang, son phấn, quần áo, làm Công Chúa, làm Nữ Hoàng và muốn có một Hoàng Tử đẹp trai, quyền hành, giầu có, chức vị ...

Đàn ông thì mơ quan tước, làm vua, quyền hành, chức vị, giầu sang, khôi ngô, tuấn tú, có nhiều đàn bà đẹp ...

Các thầy bùa, thầy pháp, chiêm tinh gia, thầy bói, thầy địa lý, thầy tướng số thì mơ: mình có nhiều quyền phép; có Tha Tâm Thông để nhìn thấy những tốt xấu, hên xui của đất đai, của người, của vật; đọc được tư tưởng, số kiếp của từng người... để mà tiên đoán, làm cho người đời kính phục! và sẽ dùng quyền phép của mình mà biến hóa mọi sự, mọi vật, mọi việc tốt xấu cho mục đích lợi dưỡng.

Các vị tu sĩ trong mọi tôn giáo khác nhau, có nhiều vị mơ ước có "Thần Thông" để đi mây về gió, đi được vào lửa, đi được trên mặt nước. Chỉ sông, sông cạn; chỉ núi, núi tan; chỉ người chết thành người sống; chỉ người bệnh hoạn thành người khỏe mạnh; chỉ cát thành vàng; chỉ đất thành lâu đài nguy nga và có tôi tớ hầu hạ ...

Có biết đâu rằng, Đức Phật luôn luôn quở những người thích trụ vào "Thần Thông". Trong khi tu hành, nếu có một vài sự lạ hiện ra, thì hầu hết chúng ta đều sửng sốt và rất hâm mộ! do đó mà có những vị tu hành mơ ước:

Tự nhiên nhìn thấy ánh sáng, hào quang, thấy Phật, thấy Tổ
Tự nhiên nghe thấy tiếng nói của người thân đã chết, của Thánh Thần, của Bồ Tát, của Phật chỉ bảo, dậy dỗ, và cho biết trước nhiều việc sẽ xảy ra.
Tự nhiên ngửi thấy những mùi thơm đặc biệt của hương, hoa.
Tự nhiên trong miệng có những vị ngọt, thơm ngon chưa từng có.

Những hiện tượng lạ này, họ cho là kết quả của sự tu hành đã sâu sắc, đã chứng đắc một cái gì đó! nhưng sự thật qua Kinh Kim Cương, cũng như Ngài Bồ Đề Đạt Ma nói rằng: "*Chấp Thật những gì có hình tướng, hóa hiện đều là giả cả. Mọi sự hiện hóa chớp nhoáng trong khi đang tu hành đều là ma cảnh, cho dù là Phật hiện!*"

Có những vị sâu sắc hơn thì cứ tu, cứ tiến mãi, rồi đến một trạng thái phùng Phật sát Phật, phùng Tổ sát Tổ. Có nghĩa là khi công phu khá miên mật thì sẽ có những hiện tượng như: nhìn thấy Phật, thấy Tổ, hay bất cứ là thấy ai, thấy người thân, thấy người thù đều không bị thu hút! không bị bám víu! đồng thời cũng chẳng bị quyến rũ bởi những: hương thơm, vị ngọt, ánh sáng, hào quang, hay bất cứ cái gì cũng đều không quan tâm, chỉ thẳng đường tiến thôi.

Tóm lại, nếu có ai đem được mọi huyền thoại thành sự thật, hoặc có ai thực hiện được một phương pháp tu nào để có được những Thần Thông ấy diễn ra trước mắt mọi người, thì có lẽ ai cũng tin và sẽ xin theo học ngay lập tức!

Thí dụ như:

Có người đang đau nặng, được vị ấy dùng tay sờ lên trán, thì người bệnh này được khỏe mạnh lại ngay.
Người đã chết rồi, mà được vị ấy vuốt nhẹ vào mặt, thì người chết này sống lại ngay.
Người bị què chân, cụt tay, mà được vị ấy đập nhẹ vào tay hay chân, là chân tay của người què cụt này được mọc lại ngay.

Sự thật thì mọi Thần Thông, biến hóa ấy đều không thực tế, rất xa vời, rất viển vông, đi ngược lại nhân quả. Dù cho có học được một chút nào, thì công sức và thời gian đòi hỏi rất lâu dài, không thể lường được. Có khi cả đời cũng chưa thành công! như thế thật là phí uổng cái hiện thân đang được làm người có đầy đủ sáu căn (mắt, tai, mũi, lưỡi, thân, ý) vô cùng tốt đẹp và hữu dụng. Để tránh sự phí phạm vô lý ấy, chúng ta hãy sử dụng cái hiện thân quí báu này, mà tu hành đúng theo đường lối chính pháp, để tiến tới cứu cánh Chân, Thiện, Mỹ, và ra ngoài mọi tương đối lẫn tuyệt đối, tức cái:

Vô tu, vô chứng, vô đắc, vô trụ

Cái đó nó lại không ngoài "Thần Thông" từng giây, từng phút trong đời sống hàng ngày của chúng ta như:

Khi ăn, khi ngủ, khi làm việc, đều không rời
Thần Thông!

Khi đi, khi đứng, khi nằm, khi ngồi đều không rời
Thần Thông!

Vì:

Nếu không có "Thần Thông" thì chúng ta không thể xây nhà cửa, làm cầu cống, và may vá, thêu thùa, chạy nhảy, nói năng được…

Nếu không có "Thần Thông" thì chúng ta không thể chế biến xe hơi, máy bay, hỏa tiễn,… được.

Nếu không có "Thần Thông" thì chúng ta không thể chế computer, internet, thu hình, thu thanh, truyền hình, truyền thanh, điện thoại, email ... được

Nếu không có "Thần Thông" thì không có mọi vật dụng..

Nếu không có "Thần Thông" thì không có lúa gạo! cây cỏ sẽ không xanh tươi! hoa trái không có muôn mầu, muôn sắc và muôn vị!

Đó! những thứ ấy là "Thần Thông" thực tế nhất, ở ngay trước mắt chúng ta, không ngoài muôn loài, muôn vật. Nhưng vì chúng ta không để ý, coi thường, coi rẻ! cũng chỉ vì Vọng Tưởng

Vô Minh nên chúng ta không nhận ra "Thần Thông" đã có sẵn và cũng không ngờ "Thần Thông" luôn hiện hữu trong chúng ta từng sát na! cho nên cứ hướng ngoại đi tìm, đi kiếm mãi! để rồi bị ở trong tình trạng như Thiền Sư Duy Lực thường dạy: "đầu mọc thêm đầu, chân mọc thêm chân một cách phi lý, vô bổ ích!". Có nghĩa là người bình thường thì ai cũng chỉ có một cái đầu, và hai cái chân mà thôi, nhưng nay lại mong cầu có thêm một cái đầu, và một cái chân nữa thì quả thật là không bình thường một chút nào cả!

Khó tin nhưng có thật: "Thần Thông" ở ngay chúng ta, và vũ trụ vạn vật! nó chẳng thừa cũng chẳng thiếu. Đúng như vậy cho nên: Lục Tổ Huệ Năng sau khi đại ngộ còn phải sửng sốt mà thốt lên rằng:

"Đâu ngờ tự tính vốn thanh tịnh,
Đâu ngờ tự tính vốn chẳng sinh diệt,
Đâu ngờ tự tính vốn đầy đủ,
Đâu ngờ tự tính vốn chẳng lay động,
Đâu ngờ tự tính hay sinh vạn pháp!"

Thế mà vì vô minh, mê mờ, chúng ta lại mong muốn có "Thần Thông" nữa thì quả là ngây ngô! nếu phải học mấy chục năm để cầu mong có được chút "Thần Thông" rất giới hạn như có thể đi được trên lửa, hay đi được trên mây, thì chúng ta hãy coi các Nhà Ảo Thuật còn làm được rất nhiều trò hơn thế nữa! mà họ không phải tốn nhiều thời gian, công sức như chúng ta học "Thần Thông".

*

Nghe Chăng Ai?

Nghe chăng ai? Làn gió, gió heo may
Nghe chăng ai? Lá rung, rụng, mưa bay
Có nghe chăng? Sóng thì thầm, thác đổ
Nghe hoài, nghe, dù không tiếng, ai hay?

Nghe, nghe không? Trái đất chưa hề quay
Nghe, nghe không? Thời gian chưa từng chạy
Mà ai nghe? Hay vũ trụ nghe đây?
Này vẫn nghe, dù chẳng tiếng, ô hay!

Nghe, không ai nghe, ồ thật lạ thay!
Không năng, không sở, tính nghe như vầy
Mầu nhiệm, viên thông, phải chăng thế ấy?
Tĩnh lặng tột cùng, hỏi phải là đây?

Điệp Khúc

Nghe, nghe không? Trái đất chưa hề quay
Nghe, nghe không? Thời gian chưa từng chạy
Mà ai nghe? Hay vũ trụ nghe đây?
Này vẫn nghe, dù chẳng tiếng, ô hay!

Nghe, không ai nghe, ồ thật lạ thay!
Không năng, không sở, tính nghe như vầy
Động tịnh, âm dương, dung thông, siêu thế
Tĩnh lặng tột cùng, hỏi phải là đây?

Bàn Tay Vi Diệu

Phải chăng bàn tay thật có thần thông?
Bàn tay phá rừng, sẻ núi, lấp sông
Bàn tay biến hóa giang sơn, gấm vóc
Ôi! bàn tay vi diệu, bàn tay không.

Bước Chân Ai?

Bước chân ai, dũng mãnh oai hùng
Bước chân ai, đất chuyển trời rung
Bước chân ai, đùng đùng sấm sét
Bước chân ai, nhật nguyệt sáng chưng

Bước chân ai, êm dịu như nhung
Bước chân ai, tịch tĩnh tột cùng!
Bước chân ai, hoa cười hé nở
Bước chân ai, tự tại ung dung

Bước chân ai, vũ trụ bước chung
Bước chân ai, cá nổi, chim mừng
Bước chân ai, chưa hề dấu vết
Bước, không ai bước, ôi lạ lùng!

Nhân Quả Thưởng Phạt Tuyệt Đối Công Minh Và Bình Đẳng

Trong chúng ta không có một ai mà không hay nghĩ ngợi, nói năng thầm thì lung tung trong đầu óc suốt cả ngày đêm! sự suy nghĩ miên man thầm thì ấy chính là cái Vọng Tâm Thức. Vọng Thức này như con ngựa bất kham nên khó mà điều khiển, và ổn định được nó. Cho nên chúng ta cũng chẳng khác gì những người điên, vì người điên thì la hét ra tiếng, còn chúng ta thì không nói ra thành tiếng mà cứ nói thầm, nói thì trong đầu.

Như vậy là người điên thì điên nổi, còn chúng ta thì điên chìm. Người điên thì điên cả hữu tướng lẫn vô tướng (*tức điên cả Thân lẫn Tâm*) còn chúng ta thì điên về Tâm nhiều hơn.

Có nghĩa là người điên luôn luôn thể hiện sự điên cuồng của mình qua cả Thân lẫn Tâm hiện hữu của họ; chúng ta cũng thể hiện sự điên cuồng của mình qua cả cái Thân Tâm này, nhưng khi nổi, khi chìm; khi vô tướng, khi hữu tướng tức khi ngầm, khi bùng nổ qua Thân Khẩu Ý.

Vâng, sự điên dại của chúng ta được minh chứng rõ ràng trong những lúc bị va chạm với mọi đối tượng thực tế trước mắt… thì tùy duyên thiện hay duyên ác mà lúc đó cái vọng ý tưởng miên man được dịp phơi bày, để thực hành theo với ý nghĩ si mê của nó! khiến chúng ta nói năng mê sảng, hành động điên dại, để tạo mãi vòng nghiệp báo của Nhân Quả Thiện/Ác; do đó mới có sinh tử, luân hồi.

Bởi cái vọng tưởng điên rồ từ vô thủy của chúng ta tự tạo là cái vọng Nhân, để mà có vọng nghiệp là cái Quả Thiện hay Quả Ác hiện tại cho chính mình trong từng kiếp. Sự chứng minh về Nhân Quả được thể hiện trong đời sống hiện tại của chúng ta qua sức khỏe bệnh hoạn hay lành mạnh; thân thể đẹp đẽ hay xấu xí; tính tình hiền lành hay ác độc; trí tuệ thông minh hay ngu đần; và cuộc sống trong cảnh giầu sang hay nghèo hèn… Đó chính là sự thưởng phạt của Nhân Quả Thiện/Ác. Tuyệt đối công minh và bình đẳng cho từng nghiệp riêng của từng người; và đồng thời cho cả nghiệp chung là những liên hệ không thể tránh: về mọi ân nghĩa, hay oán thù của sự vay trả, trả vay với muôn loài muôn vật, muôn người trong bao kiếp.

Vì thế ngày nay mới có những cảnh huống hiện tiền, là chúng ta đang đóng những vai trò vợ hay chồng, con hay cháu, bạn hay thù, kẻ oán hay người ân…của nhau, để mà cùng nhau sinh hoạt trong mọi môi trường, mọi hoàn cảnh, mọi địa thế…

Tất cả là do nhân gieo thì quả hái, tức mọi sự đã được an bài trong cuộc đời của chúng ta! mà nhân thì cũng vẫn tự chúng ta gieo, và quả thì cũng vẫn chính chúng ta hái. Tức là tự mình cột thì cũng lại tự mình phải tìm cách mà cởi, chứ không ai có thể giúp mình được. Khi đã hiểu, thì chúng ta chẳng nên than trời trách đất làm gì! hoặc đi cầu, đi xin, đi van, đi lạy với những ai có thần quyền để họ ban cho mình: cái may mắn, cái tài lộc, cái sức khỏe, cái hạnh phúc, cái không bệnh tật, hoạn nạn và cái không chết chóc… Vì chính những vị có thần quyền đó vẫn đang trong cảnh nghèo nàn, hoạn nạn, vẫn đang bị đau đớn bởi tật bệnh, và cũng đang sợ hãi đợi chờ sự chết chóc không thể tránh y như chúng ta vậy!

Muốn ra ngoài sự điên rồ gây bao phiền não và nhân quả thiện/ác sinh tử ấy, thì chỉ có một cách duy nhất là làm sao phải điều phục được cái cội gốc của Vọng Tâm Thức si mê của chúng ta thì mới thành công.

Nhân Quả Nghiệp Báo

Nhân quả và mọi sự đều đã an bài
Nên: *Chẳng có gì gọi là đúng với sai*
Đẹp/xấu, giầu/nghèo, hay thông minh/dốt nát
Nghiệp báo hiện tiền, nên chớ có oán ai!

Thiên tai, bão lụt, nhân quả của vạn loài
Tai nạn, ốm đau chẳng có trừ một ai!
Muốn chuyển Nghiệp Báo, không gì ngoài: "Tu Tập"
Là phương thuốc nhiệm mầu có một không hai!

Không tu, không chuyển, nên ta khổ đau hoài
Sinh tử, luân hồi nào có trừ cho ai!
Nghiệp báo: thiện/ác đương nhiên là như vậy
"Nhân nào quả nấy", còn làm sao mà sai?

Trả Quá Dư Thừa

Chúng ta đang hiện hữu nơi đây ở trong mọi môi trường, mọi hoàn cảnh và tất cả những gì liên hệ quanh chúng ta đều là do những nhân thiện/ác và trả/vay, vay/trả từ muôn kiếp trước! rất thực tế ngay trước mắt, cái quả là chính chúng ta đã được an bài một cách bất khả kháng. Có nghĩa là trong đời hiện tại này: chúng ta đẹp hay xấu, giầu hay nghèo, sang hay hèn, giỏi hay dốt, ở trong hoàn cảnh nào? Tại đâu? Gặp gỡ những ai để thành vợ chồng, thành cha mẹ, thành con cháu, thành bạn bè, thành ân sư, thành ân nhân, hay thành người oán thù để rồi:

Khi thì hoạn nạn, tai họa, lúc lại ốm đau.
Khi thì thật hạnh phúc, lúc lại đầy nước mắt
Và khi được như ý mình, thì vui tươi, hớn hở
Lúc bị mất mát, thì lại ảo não, sầu bi!

Cứ như thế, tất cả những thứ vừa kể, đều là do nhân quả thiện/ác, oán/ân vay/trả, trả/vay của chúng ta, và những người liên hệ với chúng ta trong nhiều đời nhiều kiếp! mà sự vay trả về nợ nần oán ân ấy không được cân bằng, nên chúng ta mới bị chằng chịt, quấn quít mãi với nhau như vậy; chỉ vì ân này chưa kịp trả đủ, thì lại gây thêm oán kia để nợ nần…

Người có tu hành thì hiểu rõ về Lý Nhân Quả nên biết cách trả sao cho bình đẳng, cân xứng để không hại mình, hại người nữa. Tức là biết cách trả thế nào cho vừa, cho đủ để đối tượng của mình không bị ở trong hoàn cảnh "nhận quá dư thừa"! để rồi họ lại phải đi kiếm chúng ta trong những kiếp kế tiếp mà trả phần dư thừa ấy.

Sự việc này không thể tránh được, bởi vì cái nghiệp nhân quả rất bình đẳng. Nó không nể vì, không thiên vị một ai! do đó, cho dù chúng ta có cố tình cho đi mà không cần nhận lại, chỉ vì những đối tượng là con cháu, là những người mà chúng ta thương yêu nhất! nhưng lý luận cách gì đi nữa, thì đó cũng chỉ là sự suy nghĩ riêng của mình mà thôi.

Còn cái nghiệp thì không phải thế, nó không bao giờ cho cả! mà cứ tự động, âm thầm diễn tiến mãi không bao giờ chịu ngưng nghỉ về sự bình đẳng trả vay và vay trả đó... Không một ai có thể ra lệnh cho nó ngừng được, dù người ấy là Phật cũng đành bó tay! trừ phi chúng ta tu hành thật sự Đắc Đạo thì mới chấm dứt được nó.

Do lẽ đó, việc trả quá dư thừa rất là nguy hiểm cho con cháu của chúng ta! cũng chỉ vì vô minh quá mức, nên chúng ta đã hành động theo cái Tâm Ý, Ý Thức, là cái Tâm Nhị Biên si mê của mình, lúc nào cũng chấp chước phân biệt: không yêu thì ghét, không đúng thì sai, không thật thì giả. Cái ấy đã vô tình xô đẩy con cháu của mình vào vòng luân hồi sinh tử sâu dày hơn mà không biết!

Người chưa hiểu gì về Lý Nhân Quả thì đã đành, nhưng lạ thay! có rất nhiều người đã khá thâm sâu về Đạo Lý, nhưng khi hành động, thì lại còn dở hơn những người chưa hiểu gì về Đạo Lý cả.

Phải chăng những vị này chỉ hiểu lý thuyết suông, nên không bổ ích gì cho việc thực hành trong thực tế! vì vậy đã chẳng giúp được gì cho con cháu của mình, mà trái lại còn làm hại chúng một cách thê thảm, thật đáng tội nghiệp.

Chung qui cũng chỉ vì chúng ta còn ở trong cái Thức tương đối, nên mới chấp thật một cách quá vô minh với ý nghĩ rằng:

> Đứa con này, là con thật của mình vì nó từ trong bụng mình sinh ra, do đó mình phải trân quí, thương yêu nó hết mình; cho nên nếu có ai mà nói xấu nó, hay đụng đến nó là họ phải chết với mình.

Vì chấp thật như vậy, nên có rất nhiều vị nhịn ăn, nhịn mặc vì con. Nhiều vị sẵn sàng hy sinh chết vì con! có biết đâu rằng trong nhân quả, nghiệp báo hiện tại, thì con cái chính là những ông bà chủ nợ mà chúng ta không có cách nào trốn tránh!

Nói như thế, không có nghĩa là chúng ta bỏ bê con cái của mình, mà trái lại vì hiểu Đạo; chúng ta còn phải chăm sóc chúng kỹ càng hơn bao giờ hết! trong bổn phận và trách nhiệm làm cha mẹ đúng nghĩa. Tức là chúng ta chăm sóc, thương yêu chúng, nhưng trong trí tuệ và từ bi, bởi vì chúng ta đã biết chúng là ai? và những nợ nần nào cần phải trả…

Đương nhiên là chúng ta trả nợ chúng bằng cách: banh da xẻ thịt, cho xương máu, nước mắt, cho công lao, sức lực, cho tiền tài vật dụng, và cho đến không còn cái gì có thể diễn tả được nữa!

Với những bậc cha mẹ đã hiểu thâm sâu về nhân quả, thì biết thế nào là đã trả đủ, tức là biết ngừng trả ở tuổi nào của chúng, trừ những đứa con bị tàn tật, bị thần kinh thì phải trả vô hạn định.

Thường thì chúng ta nợ chúng tới khi chúng đã trưởng thành, có ăn, có học, có nghề là đã đủ, chứ không cần phải trả, và cứ trả mãi như: hết hầu con, lại lo hầu đến cháu! thậm chí lại còn hầu cả con dâu lẫn con rể.

Sự trả vay, vay trả, ân oán nợ nần vừa kể trên chỉ là riêng của các bậc làm cha, làm mẹ đối với con cháu của mình mà thôi. Còn riêng đối với các bậc sinh thành ra chúng ta thì phải ngược lại vì: cho dù mình có trả hiếu cha mẹ đến bao nhiêu chăng nữa, thì cũng vẫn chỉ là trả được trong muôn một! trừ phi chúng ta phải tu hành đến Đắc Đạo, thì mới trả xong cái nợ xương máu, và nước mắt của cha mẹ đã cho mình… Cái ơn sâu nghĩa nặng ấy thật là:

"Công Sinh cao hơn núi
Công Dưỡng hơn biển sâu"

Báo Hiếu Ngược

Con cái lẽ thường báo hiếu mẹ cha
Ngược ngạo đời này lắm quỷ, nhiều ma
Bắt cha, bắt mẹ đền ơn, báo hiếu
Làm mọi, làm tôi, giữ trẻ, trông nhà

Nuôi cháu ngày đêm, thân già mòn mỏi
Cắt cỏ, lau nhà, nấu nướng tưởng chơi
Ôi! Suốt ngày đêm, sức già chiến đấu
Chút hơi tàn đây, hiến trọn dâng rồi

Khai Thị Cầu An

Tâm bình thường, thì thân an lạc
Tâm không bình, thì thân không yên ổn

Muốn bình an thì:

- Tâm không điên đảo
- Thân không làm những điều sai quấy
- Miệng không thốt những lời ngạo mạn, tranh đua, cay đắng, nhỏ nhen, hiềm khích, hận thù, bạc bẽo…

Nếu đã lỡ tạo nghiệp, hay lỡ đang tạo nghiệp, hay sẽ tạo nghiệp là vi phạm vào một trong ba điều sau đây:

Phạm lỗi, bởi tâm ý điên đảo
Phạm lỗi, bởi thân làm sai quấy
Phạm lỗi, bởi miệng lưỡi sắc bén hơn dao

Thì hậu họa của ba đời quá khứ, hiện tại, vị lai không thể nào tránh: Những bệnh tật, những tai ương, mọi phiền não khủng hoảng, lo lắng, bất an. Những hoạn nạn nặng/nhẹ xảy ra đều là do cái nhân chúng ta đã gieo, thì cái quả tương ứng chúng ta phải nhận lĩnh là thế! do đó mà có những bệnh tật bẩm sinh hay những bệnh nan y trầm trọng cũng không có gì là lạ.

Bởi vậy, chúng ta hãy chí tâm thành xin sám trừ: những tội lỗi đã lỡ phạm, những tội lỗi đang phạm, dù là vô tình hay hữu ý. Đồng thời chúng ta cũng nhất tâm thành khẩn xin phát nguyện cải hối mọi tội lỗi sau, thí dụ: nếu lỡ có một ý niệm toan tính nào sẽ làm, hay dù không làm, mà chỉ là một ý niệm vừa khởi lên thôi, do những thói hư, tật xấu còn lưu cữu của nhiều đời… thì với những ý niệm bất thiện ấy, dù chúng chỉ là thoáng qua thôi! nhưng chúng ta cũng nhất quyết xin sám hối, xin trừ khử thật lòng, thật dạ, với sự nhất tâm, nhất trí thì lo gì:

Tâm chúng ta không bình
Thân chúng ta không an
Bệnh tật chúng ta không hết
Tâm ý chúng ta không thanh tịnh.

Nếu làm được như vậy thì:

Sự "*bình an*" sẽ hiện tiền ngay lập tức, và chúng ta cũng không còn phải lo sợ, chạy đôn chạy đáo đi tìm, đi cầu "bình an" nơi đâu?

Vâng, chỉ có thế. Nếu chúng ta biết áp dụng, biết thực hành đúng mức như những gì đã được giải thích ở trên, thì Thân Tâm chúng ta dù chẳng muốn thường lạc, nó cũng vẫn thường lạc! đúng như câu chúng ta thường chúc cho nhau hàng ngày để cầu mong sao cho được: "Thân Tâm thường an lạc".

Tuy nhiên, lý thì như vậy, nhưng sự thì vẫn phải siêng năng thực hành, tức là luôn luôn tự sám hối, tự cải hối… nếu vẫn không thấy hữu hiệu, và vẫn còn cảm thấy Tâm mình bất an, ăn không ngon, ngủ không yên! cho nên vẫn còn muốn đi cầu an thì cứ đi. Nhưng trong những buổi lễ cầu an, rất cần có những vị minh sư thật chân chính để khai thị, và chứng minh cho lòng chân thành, thật tâm muốn sám hối, muốn cải hối của chúng ta thì sẽ được kết quả như ý hơn.

*

Giả Dối

Nếu muốn vượt ra ngoài **cái giả/cái thật** là cái Tương Đối của cõi đời phù du vô thường này, để trở về với cái Tuyệt Đối, tức cái vốn chân thật, thanh tịnh sẵn có của mình, thì đừng nên gieo thêm: nhân Giả Dối, đừng tạo thêm nghiệp Giả Dối, cũng đừng thêm sức mạnh cho cuộc đời giả dối nữa! để chúng ta không còn phải nhận thêm nhân, nhận thêm quả, nhận thêm nghiệp báo do chính mình đã tự tạo ra.

*

Giả Dối

Mọi cảnh vật đã cùng đều giả dối
Đổ dầu thêm, dối gạt khắp nơi nơi
Thói hư thôi, nên dối gạt để chơi
Tưởng dối người, ai dè gạt chính tôi!

Lương tâm nào, không biết mình có tội?
Nhưng vì lợi, nên dối gạt mà thôi
Gạt cha mẹ, vợ chồng và tổ quốc
Dối bạn bè, sao lợi lộc tí xôi

Ai biết đâu, nào đã thấy thiên lôi?
Cứ giả dối, sợ gì chảo dầu sôi
Có ngờ đâu, đào sâu thêm ngục tối
Mãi luân hồi, vì nghiệp ở làn môi

Vờ Vĩnh

Lòng thì thích, miệng lại nói không
Tâm chẳng muốn, miệng đành nói có
Ôi! Đảo điên, đời nào mới tỏ
Vòng Luân Hồi, Tương Đối quanh co

Đây huyễn hoá, đã trường ảo mộng
Vờ vĩnh chi? Thêm những cơn giông!
Giả ốm đau, vờ cả điên khùng
Lợi chút thôi, liệu thoát nghiệp không?

Ham trước mắt, mà hại sau lưng
Nhân nào quả ấy, cách chi ngừng?
Vờ vĩnh đây, chiều theo bản ngã
Mình tự hại mình, sinh diệt không ngưng

Phản Bội

Nếu không muốn người phản bội ta, thì tốt hơn ta đừng phản bội người. Khi ta đã phản bội người, tức là ta đang phản bội chính ta.

Có phải rằng:

Khi ta phản bội, sẽ làm mất hết niềm tin của mọi người
và mất tư cách của chính mình.
Khi ta phản bội, sẽ làm đau khổ cả ta lẫn người.
Khi ta phản bội, sẽ gây tang thương
và đổ vỡ tất cả mọi thứ.
Khi ta phản bội, sẽ làm mất hết đạo đức con người của
chính mình.

Đi sâu hơn nữa, thì Đời liên hệ với Đạo và Đạo liên hệ với Đời. Đạo Đời chẳng thể rời nhau, cho nên: Nếu đã phản bội Đời là dĩ nhiên phản bội cả Đạo! để rồi chính ta phải lãnh nhận mọi điều tự ta đã gây ra, và tự ta đã tạo nên.

Do đó:

Phản bội, là ta đã tự tạo tội lỗi cho chính ta.
Phản bội, là ta đã tự tạo nhân quả cho chính ta.
Phản bội, là ta đã tự tạo nghiệp ác để rồi chính ta sẽ phải trả cái nghiệp báo đọa đầy ấy.

Bởi vì:

Nhân Quả, Nghiệp Báo không bao giờ sai được

*

Phản Bội

Bội phản, thói thường là bệnh của chúng sinh
Chính nhân, chính quả, tạo dệt cảnh lầm than
Phản cha mẹ, vợ chồng, bạn bè, đất nước
Mình phản bội mình, mà ngỡ phản nhân gian!

Dưỡng dục sinh thành, như cỏ dại rêu xanh
Bội phản mẹ cha, nào cần chi hiếu hành
Trai gái, vợ chồng thề trọn nghĩa trung thành
Mới ngày hôm ấy, mà nay vầng trăng đã khuyết!

Tình bằng hữu khít khao, như dài lâu da diết
Để ngày nay, tặng bài vĩnh biệt bi ca
Anh chị em thương yêu, ruột thịt một nhà
Ấy cũng tị hiềm, phản bội cách nhau xa!

Nước Việt ta, trên bốn ngàn năm sử sách
Vội nỡ quên đi, dòng máu đỏ da vàng
Lưu vong đây, là thử thách trí hùng anh
Vong bản, bội phản, làm sao không đáng trách!

Phản bội, hạt giống vô minh sao quái ác
Gây tóc tang, luân hồi, tử sinh sống thác
Kiếp kiếp, đời đời gieo rắc quả, rắc nhân
Bình thản, âm thầm mà khổ đau tan tác!

Thôi ngừng bội phản, để ra ngoài, lầm lạc
Hoán chuyển đi, nhân hạt giống tột vô minh
Trung thực thôi, từ bi, trí đức, hy sinh
Theo chân đức Từ Tôn, vượt mê về giác

Nịnh Hót

Người ta nói rằng:

"Sự thật, muôn đời vẫn là sự thật"

Quả đúng như vậy, chúng ta chẳng một ai lại không có những lúc suy tư để tự nhận xét, tự kiểm điểm sự thật về con người của mình, xem nó tốt xấu ra sao, giỏi dở thế nào?

Con người thật của chúng ta ra sao thì chính chúng ta đã tự biết rõ hơn ai hết! ấy thế mà lại chính chúng ta khó thoát khỏi những cảm giác thích thú, là vướng mắc với sự nịnh hót, tâng bốc giả dối. Chẳng hạn như khi được ai khen giàu sang, đẹp đẽ hay đức hạnh, từ bi thì ngay lúc đó chúng ta thấy sung sướng và rất có cảm tình với người đang tâng bốc đó.

Phải chăng chúng ta đang tự lừa dối, thích sống giả dối và thích được ve vuốt cái Bản Ngã của mình? Có biết đâu rằng mọi tai họa, mọi biến cố khủng khiếp đang chờ đợi chúng ta.

Những biến cố gì? Và những tai họa gì?

Xin thưa rằng:

Đó là những thiệt thòi khi nghe những lời tâng bốc không thật của đối phương. Họ có thể đang toan tính để trao đổi hay âm mưu một cái gì. Đó chính là những phiền não trong đời sống hiện tại của chính mình! và sẽ không thể tránh những nhân nghiệp báo của sự thích giả dối trong tương lai, để phải nhận lĩnh mọi đọa đầy trong sáu nẻo.

Nịnh Hót

Chớ nịnh hót, và cũng chớ ưa hót nịnh
Nịnh hót này, cũng là bệnh của chúng sinh
Gây phức tạp, tạo biết bao điều khủng khiếp
Mang hãi hùng, mang cả thảm họa, điêu linh

Vua chúa ngày xưa nghe gian thần hót nịnh
Để nước mất, nhà tan, vạn cảnh đao binh
Nịnh hót giỏi, gây tang thương cùng chết chóc
Nịnh hót hay, làm điêu đứng cả quần sinh

Nịnh hót vì muốn đạt danh lợi, hiển vinh
Nịnh hót vì muốn đạt tiền tài, chức vị
Nịnh hót vì tham lam hay đầy ác ý
Nịnh hót vì muốn đạt nhan sắc đẹp xinh

Bệnh nịnh hót, cũng do hạt giống vô minh
Chớ có nghe, cũng chớ dùng lời hót nịnh
Ai mắc phải đều nên tìm Thầy chữa bệnh
Để xả buông tận gốc, hạt giống vô hình

Chớ luyến tiếc chứng bệnh đó hại thân mình
Liên hệ cả vũ trụ và cả quần sinh
Ưa nó, dùng nó, nào khác chi độc dược!
Tránh xa đi, cho thanh tịnh với yên bình

Thanh Minh

"Thanh Minh trong tiết tháng ba
Lễ là tảo mộ, hội là đạp thanh"

Hai câu Kiều của Nguyễn Du nhắc nhở chúng ta cứ hàng năm vào mùa xuân, nhằm tháng ba âm lịch là tháng đặc biệt cho việc đi Thanh Minh, tảo mộ. Nghĩa là đi thăm mộ của những người thân trong gia đình, và của những người liên hệ với chúng ta. Mục đích việc đi thăm mộ là:

Để chăm sóc cho ngôi mộ được sạch sẽ, trang nghiêm,
cũng là để tỏ lòng thương yêu, kính trọng
Để tỏ lòng nhớ thương, luyến tiếc
Để tỏ lòng trung thành
Để ân hận, ăn năn
Để sưởi ấm lòng
Để tâm tình mọi vui buồn
Để mong cầu, xin xỏ
Để kính cẩn tri ân và nhớ ơn
Để nhớ cội, nhớ nguồn
Để kỷ niệm ...

Đi thăm mộ có rất nhiều lý do không thể kể xiết được. Tùy vào từng hoàn cảnh khác nhau, tình cảm mật thiết khác nhau, niềm tin khác nhau, căn cơ trình độ hiểu biết khác nhau của sự liên hệ với người quá cố! mà có những nỗi niềm đặc biệt kín đáo, ướt át, riêng tư, hay không có những ướt át tình cảm ấy.

Do lẽ đó có rất nhiều người:

Đi thăm mộ hàng ngày, khi người thân mới mất
Có nhiều người đi thăm mộ hàng tuần
Có nhiều người đi thăm mộ một tháng hai lần
Có nhiều người chỉ đi thăm mộ một lần trong một năm, vào tháng Thanh Minh
Và cũng rất nhiều người không thăm nom gì hết!

Phong tục tập quán có những ngày Thanh Minh đặc biệt trong năm như thế cũng là tục lệ rất tốt, bởi là con người mà không có tình có nghĩa, có thủy có chung, có cội có nguồn thì chẳng phải là con người có đạo đức!

Chúng ta nhờ vào những phong tục truyền thống tập quán này dùng làm gương để dạy dỗ con cháu. Đó là nền giáo dục thật tuyệt vời! nhưng nếu không sâu sắc, thì lại chính chúng ta làm méo mó ý nghĩa tốt đẹp của những truyền thống, biến chúng thành những mê tín dị đoan! đối với chính mình đã không đúng lẽ, lại còn gieo những hạt giống dị đoan ấy cho thế hệ tương lai là con cháu chúng ta thì quả thật là vô cùng tai hại. Chẳng hạn như những mâu thuẫn sau đây: Ai cũng mong và luôn nghĩ là ông bà, cha mẹ, cửu huyền thất tổ của chúng ta đã được siêu thoát! nếu đã được siêu thoát, thì tại sao lại còn có ý niệm là người thân của chúng ta vẫn đang nằm ở trong những ngôi mộ ấy; và ở đấy mãi mãi hết đời này, sang đời khác… Rồi lại còn nói rằng các vị ấy, đang ở dưới suối vàng! có nghĩa là ai chết cũng về suối vàng và được gặp nhau mà chuyện trò rất là vui vẻ.

Phải chăng chúng ta đã tự mâu thuẫn với chính chúng ta? Khi người thân mất, thì đi cầu cho họ được siêu thoát tức về miền Cực Lạc, về Thiên Đàng là nơi an lạc hạnh phúc! nếu quả là họ đã siêu thăng rồi, thì trong những bình tro, hay trong những ngôi mộ ấy, làm gì còn có ai ở đó nữa?

Cũng như khi biết những người thân yêu đã được ở miền Cực Lạc, ở miền Vĩnh Hằng rồi, thì tại sao chúng ta lại không vui mừng mà ngược lại còn khóc lóc, chia buồn. Thậm chí trên các báo chí còn có những lời phân ưu như: "Hoảng hốt", "Đột ngột", "Nghe tin như sét đánh", "Đau buồn", "Vô cùng thương tiếc"... Những lời lẽ ấy chứng tỏ là đã rất hãi hùng khi được Siêu Thoát về Cực Lạc, về Thiên Đàng!

Đại khái những cái trái ngược như thế nhiều lắm, không thể kể hết được... Nếu chúng ta cứ mâu thuẫn mãi, không chịu hiểu rốt ráo thì chính chúng ta đã sống trong hỏa mù! và cũng chính chúng ta làm con cháu của mình hoang mang, nhầm lẫn giữa tà pháp (mê tín) và chính pháp giác ngộ. Cái ý niệm vô minh, mê tín ấy rất là nguy hiểm vì nó liên quan đến nhân quả, nghiệp báo của tất cả mọi người.

Các phong tục, tập quán như: những ngày lễ thuộc lịch sử, những nghi lễ của những ngày Giỗ, Tết, Tang Chế, Vu Lan, ngày của Cha, ngày của Mẹ, ngày Giáng Sinh, ngày Phật Đản, ngày Thanh Minh v.v... mỗi cái đều có ý nghĩa riêng, giá trị riêng và hầu hết đều nhằm nhắc nhở, hướng dạy chúng ta về Công Dân, Đức Dục, Sử Ký, Địa Lý... Mục đích của những buổi lễ lạy ấy là nền tảng Đạo Đức cho từng cá nhân, từng gia đình, cho đến đại gia đình và xã hội, quốc gia dân tộc...

Vâng, quả thật những ý nghĩa của mỗi tục lệ đều tuyệt vời, nhưng với điều kiện chúng ta đừng méo mó những ý nghĩa chân thật, đạo đức, thiêng liêng ấy thành mê tín dị đoan! để rồi vô tình tạo nên mâu thuẫn tệ hại, liên hệ đến những thế hệ tương lai là con cháu chúng ta; và còn ảnh hưởng cả đến những người thân yêu đã qua đời lâu rồi, mà không thể siêu thoát bởi những vô minh ái, vô minh ích kỷ của chúng ta!

Vô Minh Ái đối với người quá cố

Thương yêu một cách mê mờ không thông minh, trí tuệ, nên khóc lóc, kể lể, than van, tâm tình, xin xỏ, đòi phù hộ này, phù hộ nọ mãi không ngừng… từ lúc người thân mới chết cho đến khi ra ngoài mộ, ở nghĩa địa, hay ở những bình tro trong chùa, và ngay ở cả trên bàn thờ của gia đình.

Những sự việc ấy, vô tình giữ thật chặt người quá cố lại, không cho họ siêu thoát! bởi làm họ lưu luyến, thương xót chúng ta, nên họ đành bị làm người vô hình, tức là làm ma mãi, và trụ mãi ở những ngôi mộ, bình tro, và bàn thờ của gia đình.

Vô Minh Ích Kỷ đối với người quá cố

Chúng ta luyến tiếc, xót xa người thân đã chết, nên có những hành động như kể trên, tưởng làm thế là tỏ được lòng thương yêu và có lợi cho người quá cố. Nhưng hóa ra chúng ta chỉ thương chính mình mà thôi! vì những việc làm ấy không lợi lạc gì cho họ cả, mà còn ngược lại là khác. Chẳng hạn có rất nhiều đám tang cố tình làm cho thật to, để khoe giầu, khoe sang, khoe chức tước, địa vị... Như vậy có phải là làm cho người sống? Còn người chết đã chẳng được gì mà còn bị gánh thêm nghiệp bởi:

Vì tại họ mà những con vật bị giết để tế lễ
Vì tại họ mà tiêu pha xa xỉ
Vì tại họ mà quá tốn kém tiền bạc, thời gian, công sức của mọi người

Nói như thế không có nghĩa là bài trừ, bác bỏ hết mọi lễ vật dâng cúng, mọi lễ nghi long trọng, và mọi xúc động, thương yêu, hiếu hạnh của gia đình muốn được tỏ bày trong việc ân trả, nghĩa đền đối với người quá vãng!

Thưa rằng nếu muốn làm thì cứ việc làm, cứ việc tiếp diễn mọi điều, mọi sự mà chúng ta muốn. Nhưng làm trong sự hiểu biết rốt ráo, là làm sao cho hữu dụng, lợi lạc thật sự cho việc siêu thoát của người quá vãng, chứ không phải là làm cho những người sống! do lẽ đó, nếu thật sự vì người quá cố, và muốn cho việc siêu thoát của người ấy được vẹn toàn thì chúng ta nên:

Khai thị để trấn an họ, nghĩa là làm sao cho họ không lo sợ, không hoang mang, không giận dữ vì lầm tưởng là mình đã chết, đã mất cái Thân rồi!

Hãy cố gắng khai thị cho người quá vãng hiểu được rằng: "*Họ không bao giờ chết cả! vì mất Thân này là tự động họ sẽ có ngay Thân khác, nhưng dưới dạng thức, hình tướng khác, do nhân quả, nghiệp thiện/ác của chính họ*".

Những điều không nên làm vì có ảnh hưởng không tốt cho người quá vãng như:

Không nên nhờ vả, xin họ phù hộ này, phù hộ nọ
Đừng làm họ lưu luyến, xót thương chúng ta
Đừng làm họ trụ vào những mồ mả, bình tro
Không nên để lại những dấu vết của họ, để họ không còn bị chấp trụ vào những thứ ấy mà yên tâm để siêu thoát

Những người đang sống, có Thân Tứ Đại, có đầy đủ Sáu Căn: mắt, tai, mũi, lưỡi, thân, ý vô cùng hữu dụng, nên có thể giúp những người thân yêu quá vãng, là những vị không có Thân mà chỉ có Tâm Thức, đang cần sự độ trì bằng mọi cách để được siêu thoát.

Nếu làm được cái việc vô cùng quan trọng ấy, là chúng ta đã trả hiếu, đã đền ân một cách thiết thực. Đã giúp người thân yêu quá vãng trở về nguồn cội huyết thống, lẫn nguồn cội đạo pháp một cách thật trọn vẹn! để họ tinh tấn, tiếp tục tu hành cho đến khi hoàn toàn Viên Mãn, là hoàn toàn giải thoát sinh tử. Tại sao lại phải có đầy đủ huyết thống và đạo pháp mới tu thành chính quả được?

Vì chỉ có loài người là có đầy đủ Sáu Căn mới có thể hiểu nổi chân lý và mới tu được thành chính quả; còn những loài khác thì không thể nào tu đến rốt ráo được! do lẽ đó mà trong kinh nói: "Không có Đời thì không có Đạo". Vậy Đạo Đời không thể tách rời nhau. Tức là Tính không thể rời Tướng, Tâm không thể rời Thân; do đó có Trí mà không có Thân, hay có Thân mà không có Trí đều là vô dụng cả!

Tóm lại, nếu chúng ta hiểu và thực hành đúng chính pháp đối với những người quá cố. Thì việc Thanh Minh và những phong tục tập quán đều được vẹn toàn tuyệt đối đúng nghĩa, không còn bị mơ hồ, dị đoan, không thiết thực nữa.

Và chúng ta cũng đừng quên là: nếu những người thân yêu quá vãng của chúng ta đều đã được siêu thoát, thì phải chăng những lễ nghi, mồ mả, bình tro mà chúng ta cúng tế, thăm viếng hàng ngày, hàng tuần, hàng tháng, hàng năm ấy, đều chỉ là những kỷ niệm để nhớ, để biết ơn, và để tri ân mà thôi.

*

Mạc vị Xuân tàn hoa lạc vận
Đình tiền tạc dạ nhất chi mai

Được dịch như sau:

Chớ bảo Xuân tàn hoa rụng hết
Đêm qua sân trước một cành mai
(Thiền Sư Mãn Giác)

Viếng Mộ

Tìm quẩn, kiếm quanh chẳng một ai
Chỉ duy người ấy nâng nhành mai
Đặt trên ngôi mộ ai? Ai chết?
Đã chết, sao còn nâng nhánh mai?

Ừ này vẫn đó một cành mai
Lộng lẫy, tươi hoài chẳng hề phai
Ai nằm dưới mộ? Ai người viếng?
Hay vẫn là ai, mai ngắm mai

Đâu Là Thiên Đường, Tịnh Độ Niết Bàn?

Thiên Đường ở đâu, Niết Bàn ở đâu, Tịnh Độ ở đâu?
Nơi chỗ ấy có rõ ràng không?
Hay chẳng ai biết cả?

Nếu không biết rõ mà còn nghi ngờ dù chỉ một chút thôi, thì cũng nên xét lại và nên học hỏi, truy tầm để biết tường tận xem **Thiên Đường, Niết Bàn, Tịnh Độ ở đâu?**

Căn cứ theo Bát Nhã Tâm Kinh là cốt tủy của Phật pháp thì:

"Thị chư pháp không tướng, bất sinh, bất diệt, bất cấu, bất tịnh, bất tăng, bất giảm..."

Có nghĩa tổng quát là: muôn loài muôn vật dù hữu tình hay vô tình, dù có hình tướng hay không có hình tướng đều được gọi là pháp. Các pháp ấy đều là một thể "**Không**", nhưng "**Không**" ở đây không phải là "Vô Ký Không"! tức không có cái gì cả, mà ngược lại trong ấy ẩn khuất một sự tuyệt đối thanh tịnh, vi diệu nhiệm mầu. Tất cả các pháp này đều: không sinh, không diệt, không nhơ, không sạch, không tăng, không giảm, không thời gian, không không gian, không danh từ, không lời nói...

Trước hết, xin vào chi tiết của nửa câu kinh đầu:

"Thị Chư Pháp Không Tướng"

Tất cả các pháp thế gian, muôn loài, muôn vật, trời, người, vũ trụ vạn vật... đều là "**Không Tướng**" tức Vô Tướng! nhưng "**Không Tướng**" ở đây là "**Chân Không**", tức "**Chân Không**

Diệu Hữu"! chứ không phải là "Không Ngơ" là không có một cái gì hết.

Và tiếp theo là chi tiết của nửa câu kinh cuối:

"Bất Sinh, Bất Diệt, Bất Cấu, Bất Tịnh, Bất Tăng, Bất Giảm"

Tất cả các pháp vừa kể trên chính là Bát Nhã Tính, nên đều không sinh /không diệt, không dơ/không sạch, không tăng/ không giảm.

Xin được nhắc lại toàn câu kinh một lần nữa:

"Thị chư Pháp Không Tướng, Bất Sinh, Bất Diệt,
Bất Cấu, Bất Tịnh, Bất Tăng, Bất Giảm"

Tức là toàn thể các pháp ở thế gian đều là **"Tính Chân Không Diệu Hữu"**:

Vì nó ẩn mật vi diệu nên "giống như không"
Vì nó nhiệm mầu nên "hiện tướng giống như có"
Vì ẩn mật nên vẻ như huyền bí, vi diệu, thiêng liêng
Vì nhiệm mầu nên hiện tướng hữu dụng cho đời

Tính Bát Nhã là như thế đó! nó chính là cốt tủy của vạn pháp. Nói cách khác nó là cha mẹ của tất cả các pháp, tức cội nguồn, cốt tủy của vũ trụ vạn vật. Do chính đức Phật, là đấng Đại Giác đã dạy như vậy! đó là tinh thần Bát Nhã tối siêu việt, tức Tâm Trí Bát Nhã của chúng ta.

Sở dĩ không nhìn thấy **Thiên Đàng, Tịnh Độ Niết Bàn** vì chúng ta luôn luôn chấp là có thật mọi hình, mọi tướng trên thế gian. Hiểu nông cạn như thế là hiểu một chiều, chưa hiểu được toàn vẹn một nửa câu kinh! trong khi Đức Phật thuyết giảng với một ý nghĩa sâu sắc, thậm thâm là: vẫn trong một câu kinh mà phải hiểu cả hai chiều thì mới là thật hiểu. Còn chúng ta thì không hiểu nổi cái nghĩa:

*"**Sắc** bất dị **Không, Không** bất dị **Sắc***
*"**Sắc** tức thị **Không, Không** tức thị **Sắc**"*

tuy cùng một nghĩa nhưng được lập đi, lập lại một cách khéo léo, sâu sa, tuyệt diệu.

Sau đây là nghĩa của câu kinh ấy: có phải là tất cả các pháp vừa là mọi hình, mọi tướng; đồng thời các pháp ấy cũng vừa là vô hình, vô tướng nữa chứ! vậy thì chúng ta hãy căn cứ vào câu Kinh Bát Nhã này:

Sắc bất dị **Không, Không** bất dị **Sắc**
Tức là: ***Sắc*** *chẳng khác* ***Không, Không*** *chẳng khác* ***Sắc***

Sắc tức thị **Không, Không** tức thị **Sắc**
Tức là: ***Sắc*** *chính là* ***Không, Không*** *chính là* ***Sắc***

Để chứng minh rằng:

Thân Tâm không thể rời nhau
Tính Tướng không phải là hai
Sắc Không chỉ là một
Phật pháp không rời Thế Gian pháp

Do đó mà toàn thể vũ trụ vạn vật chẳng có cái gì ra ngoài được cái Sắc/Không và cái Không/Sắc! cũng chính là cái Tính/Tướng và cái Tướng/Tính.

Cái **Tính** chính là **Không**, cái **Tướng** chính là **Sắc**

Vậy thì **Thiên Đàng, Tịnh Độ, Niết Bàn** ở đâu? Có phải là nó ở ngay chính chúng ta, và ngay nơi chúng ta đang hiện sống không? Chúng ta chỉ việc buông bỏ hết mọi ý niệm sai lầm về mọi hiện tượng của vũ trụ là xong.

Tất cả cũng chỉ vì không hiểu vạn pháp, nên chúng ta đã lỡ chấp thật, chấp giả! còn với con mắt Bát Nhã thì rất giản dị... Bởi đã thấu hiểu toàn thể các pháp thế gian là mọi hiện tượng vốn "***Như Thị***", vốn sẵn là như vậy! mặc dầu chúng giống như huyễn như hóa, vì Pháp Giới Tính của chúng nguyên là trùng trùng duyên khởi: luôn hóa hiện nên muôn hình vạn trạng giống như sai biệt! mà tuyệt vời thay, không cái nào ngăn ngại cái nào (tức mọi Trần Cảnh của *Cõi Sa Bà* đang hiện hữu).

Do vậy mà Lăng Nghiêm Kinh dạy: "Bản Tính Chân Như không ngăn ngại tác dụng nhiệm mầu; tác dụng nhiệm mầu không ngăn ngại Bản Tính Chân Như" là thế đó.

Thế cho nên khi chúng ta làm bất cứ cái gì, thì cũng đừng nên có tác ý như xưa nữa, để không biến cái Tâm Bát Nhã thành cái Tâm chúng sinh! đồng thời xả bỏ hết mọi tập khí là xong. Tập khí đây là những thói hư tật xấu như: tham, sân, si, hỉ, nộ, ái ố, đố kỵ, ghét ghen, tranh dành, tư lợi, ác độc, ngã mạn, nhỏ nhen...

Nếu chúng ta cứ bướng bỉnh, cố chấp để giữ thật chặt mọi thành kiến và mọi tập khí mà không chịu xả bỏ chúng đi, thì vô tình chúng ta đã tự biến Tâm Bát Nhã thành:

Tâm A Tu La: Luôn sân hận

Và Tâm Quỷ:
- Luôn tham ăn
- Luôn tham tiền
- Luôn tham ngủ
- Luôn tham dục

Còn khi đã hiểu, đã biết tinh tấn, nỗ lực để đi sâu vào chính pháp và buông bỏ được mọi tập khí như đã kể ở trên, thì cái Tâm Bát Nhã không một mảy may dính mắc ấy sẽ tự động hiển bày ngay tức khắc. Đó:

"Chính là Thiên Đàng
Chính là Tịnh Độ Niết Bàn"

*

Đâu Là Tịnh Độ Niết Bàn

Điên đảo, mộng tưởng, ôi! Trường u mê
Nhị biên, tương đối phiền não, ê chề
Chấp Tịnh Độ đây, còn kia trược uế
Sâu dầy vô minh, quên lối đường về

Niết Bàn, Tịnh Độ cùng khắp người ơi!
Bởi vì tôi chưa chấp nhận mà thôi
Khi Tịnh Tâm, thấy nhìn thông, thấu suốt
Còn Vọng Tâm vướng mắc khắp cùng nơi

Đầy núi rác hay vùng ô uế nhất
Đây hương thơm ngào ngạt, tột cao sang
Này lâu đài, gác tía rộng thênh thang
Hỏi là chi trong nghĩa: "Đồng Nhất Thể"?

Tôi biết:
Tôi tự che tôi: "Của sẵn có trong nhà"!
Chỉ buông sạch thôi, là Bảo Châu chói lòa
Nhưng:
Tham, sân, si, mạn, nghi lầm lì, gan mãi
Còn:
Ái dục, danh tài như sóng cuồng điên dại...

Cực LạcThế Giới

Tính không, duyên hợp tựa áng mây
Thức tỉnh, đừng say, đừng ngất ngây
Gió cuốn, mây bay, là vạn pháp
Chân Không Diệu Hữu, chẳng rời đây

Nhiệm mầu, vi diệu, những hàng cây
Ngọc ngà, sai trái, pha lê dầy
Bóng mát lọng che, tươi xanh mướt
Niết Bàn Cực Lạc, chính là đây

Này hoa treo, ồ! Bảo Cái
Đây liễu rũ, chính Tràng Phan
Rực rỡ làm sao?
Nụ cười Thái Dương thật huy hoàng!

Tiếng chim ngân cao
À! Em đang thuyết pháp

Róc rách chân đồi,
Suối đàn, ca hát
Lững lờ cá lượn,
vẻ tự tại, thanh nhàn

Thất Bảo ngay đây, sao lắm bạc vàng
Biển rộng, đất giàu, hầm mỏ thênh thang
Xích châu, xà cừ, lưu ly, mã não,
Muôn sắc, muôn màu, ôi! lộng lẫy chói chang

Niết Bàn, Cực Lạc không nghĩ bàn
Bảo trì, Bát Đức cứ tràn lan
Vũ trụ, Pháp Thân không ngần mé
Tam Thân, Tứ trí, tiếng oanh vang

Mừng Sinh Nhật, Mừng Thượng Thọ Mừng Kỷ Niệm của Tình Yêu

Để cuộc đời không tẻ nhạt và có ý nghĩa hơn, nên chúng ta đã có những phong tục, tập quán được đặt ra từ ngàn xưa tới nay, và vẫn còn tiếp tục thêm thắt cho hợp thời, hợp cảnh. Do đó mà chúng ta thường hay tổ chức những:

Ngày Lễ, ngày Tết
Ngày Kỷ Niệm
Ngày mừng Sinh Nhật
Ngày mừng Thượng Thọ
Ngày mừng mọi kỷ niệm của tình yêu
Ngày mừng kỷ niệm của những sự vinh quang, thành công của cá nhân, của gia đình, của nghề nghiệp, của doanh nghiệp, …
Ngày mừng kỷ niệm của những lịch sử chiến thắng, tự do, hòa bình của Dân Tộc, Đất Nước, …

Tất cả những phong tục, tập quán, thói quen này đều có ý nghĩa rất hay, đáng được tán dương và kính trọng, vì chẳng những nó đã tô đẹp cho cuộc đời thêm: vui tươi, đậm đà, thi vị mà còn là những dịp để chúng ta tỏ lòng tri ân, chứng minh được cái tình, cái nghĩa và sự thương yêu, quí trọng đối với nhau. Đó cũng chính là sự Đạo Đức ở Đời! bởi nếu không có Đời thì sẽ không có Đạo. Nên khi trực tiếp về Đời như thế, thì những buổi lễ lạy, như mừng Sinh Nhật là một dịp rất tốt vừa lợi mình, lại lợi cả cho người.

Đối với Đời thì:

Mừng Sinh Nhật là dịp nhắc nhở tuổi Đời của chúng ta, cũng là nhắc nhở chính mình mỗi năm thêm một tuổi thì phải:

Trưởng thành hơn
Chính chắn hơn
Vững chãi hơn
Sâu sắc hơn
Trách nhiệm hơn
Bổn phận hơn
Thành công hơn

Do đó sẽ hạnh phúc hơn đối với chính mình, với Gia Đình, và với cả Quốc Gia, Xã Hội nữa.

Mừng Sinh Nhật cũng là dịp cho con cháu, vợ chồng, cha mẹ, họ hàng, bạn bè tỏ lòng thương yêu, kính trọng, nhớ ơn nhau.

Và mừng Sinh Nhật còn là dịp đoàn tụ để tiệc tùng, vui tươi hạnh phúc chung cho mọi người.

Còn với Đạo thì:

* Khi mừng Sinh Nhật, có nhiều người không biết tu hành là gì cả! mà chỉ dùng Sinh Nhật để khoe khoang về sự: giầu sang hay mua danh, bán tước, mưu mô, thủ lợi và tính toán này, nọ, thì chỉ là mừng Sinh Nhật của cái Sinh Tử hàng năm.

* Ngược lại, có nhiều người biết tu hành tinh tấn, thì mỗi ngày, mỗi tháng, mỗi năm là được thêm ngày, thêm tháng, thêm năm về tuổi học Đạo! đồng thời cũng là những ngày, những tháng, những năm được xa dần mọi phiền não và sinh tử.

Thí dụ:

Một Vị năm nay bẩy mươi tuổi đời, đã học Đạo được bốn mươi năm, và đã Kiến Tính được mười năm, như vậy là vị ấy:

Đã ở tuổi Đời, bẩy mươi năm.
Đã có tuổi học Đạo, bốn mươi năm.
Đã Kiến Tính, được mười năm .
(là đã chứng được cái Bất Sinh, Bất Diệt! cái ra ngoài phiền não sinh tử, tức Phật Đản Sinh hay còn được gọi là "baby Budha" được mười năm, tuy nhiên Kiến Tính mới khởi tu).

Do đó mà chúng ta vẫn nên mừng Sinh Nhật như thường vì:

"Phật Pháp không rời Pháp Thế Gian"

*

Sinh Nhật Đời

Bao năm thu thập, được những gì
Bẩy lăm, chớp nhoáng tí tì ti
Mỗi độ xuân về, mừng sinh nhật
Giật mình, tuổi nặng được chi chi

Cuộc đời, ngớ ngẩn chỉ mê si
Danh lợi, bon chen thú vị gì
Thù hận, oán ân bao giờ dứt
Luân hồi, quanh quẩn vẫn là mi!

Sực tỉnh, quay đầu chỉ một khi
Ngược dòng sinh tử, biết qui về
Minh sư đưa lối, tu chân chính
Nguồn giác thênh thang, chẳng ngại chi.

Sinh Nhật Đạo

Tu tập, bao năm được những gì?
Bốn lăm chớp nhoáng có ra chi
Mỗi độ Hạ về, thêm tuổi Đạo
Giật mình, tự hỏi công tu trì?

Ngỡ ngàng, tu mãi vẫn mê si
Tập khí, tham sân chúng cứ lì
Vô minh lầm lũi không mòn mỏi
Luân hồi, luẩn quẩn lẫn sầu bi!

Thôi mà đừng rỡn, ta chào mi
Sát na bừng tỉnh, ta quay đi
Làm sao ta nhận ra ta nhỉ?
Sinh nhật phút này đúng NHƯ Y

Mừng Thượng Thọ Đời

Mừng vui ngày thượng thọ
Bẩy lăm tuổi đời cho
Tháng năm đầy lo lắng
Vòng tục lụy rối vò!

Đời chẳng đẹp như mơ
Buồn khổ cứ sờ sờ
Vui qua như gió thoảng
Sao ngủ ngáy khò khò?

Nỗi khổ, niềm đau to
Vô minh cứ tối mò
Sinh tử chờ, đợi, nhớ!
Thượng thọ càng thêm lo

Thôi thôi không ngu ngơ
Vô lượng thọ đang chờ
Mau sao nhận ra "Đạo"
Là thoát khỏi mộng mơ

Mừng Thượng Thọ Đạo

Siêu vượt thời gian, lẫn không gian
Can chi tuổi tác mà mê man
Không gì là thượng, cũng không hạ
Chân thật là đây:
"VÔ LƯỢNG THỌ" an nhàn....

Trọn Vẹn Vu Lan

"**Trọn vẹn Vu Lan**" là trọn vẹn Đạo Hiếu! **Vu Lan** là Đạo khắc cốt, ghi xương không những đối với các đấng sinh thành, mà còn cả với muôn loài, muôn vật quanh chúng ta nữa.

Vậy "**Trọn Vẹn Vu Lan**" đây không chỉ có một ngày, một mùa mà chúng ta phải nói rằng: "**Trọn Vẹn Vu Lan**" trong từng phút, từng giây, từng sát na, có nghĩa là "**Trọn Vẹn Vu Lan**" không bị giới hạn, cũng không dính dáng gì với thời gian và không gian, vì:

> Sự hiếu hạnh không dính dáng thời gian là Sự hiếu hạnh trường tồn, không có gián đoạn.
>
> Sự hiếu hạnh không có không gian là Sự hiếu hạnh cùng khắp... Hư không tới đâu thì sự hiếu hạnh tới đó.
>
> Có như thế mới thật là nghĩa của:

"Trọn Vẹn Vu Lan"

*

Trọn vẹn Vu Lan

Làm sao ta trọn vẹn nghĩa Vu Lan?
Như trời cao, biển rộng, sâu ngút ngàn
Dù trả thế nào, đều trong muôn một
Tuyệt vời thay, trọn vẹn nghĩa Vu Lan!

Hiếu trọng ra sao, trọn vẹn Vu Lan?
Tứ ân, lo đền đáp hết tim gan
Cha Mẹ, Tổ Tiên, Trưởng Sư, Thầy Tổ
Ân trả đồng đều, dâng trọn vẹn tâm can

Không đợi chờ chi đến ngày tháng Vu Lan
Sát na, từng phút giây đều không quên làm
Ơn cả chúng sinh,
hữu tình, vô tình, cỏ cây, đất đá ...
Đáp đền muôn loài, tạm trọn vẹn Vu Lan

Tuyệt đối là sao, ta trọn vẹn Vu Lan?
Tìm kiếm Minh Sư, dù phải trải gian nan
Tu sao thật đúng y, chân Chính Pháp
Toàn giác, giác rồi, đấy trọn vẹn Vu Lan

Bất Trị

Bất trị có nghĩa là không gì chữa được! và cái gì đã bất trị thì đều không tốt, không vui…

Ở đời có rất nhiều thứ bất trị… nhưng là con người mà bất trị, thì dù ở môi trường nào, hoàn cảnh nào cũng đều đáng buồn!

Những tật nguyền bẩm sinh, những bệnh nan y, những hoạn nạn không thể tránh, thì không nói làm gì; nhưng có những cái bịnh bất trị do chính con người tạo dựng nên bởi Tham, Sân, Si, để rồi tự mình tưởng thật hoặc biết là không thật! nhưng vẫn cứ: đau thương, rên rỉ, than trời, trách đất! Chẳng hạn:

Bệnh bất trị về bệnh hoạn như:

Bệnh ít xít ra nhiều, việc bé xé ra to.

Đó là những vị nằm trên đống thuốc: Đông, Tây, Nam, Bắc với đầy đủ Bác Sĩ, và nhiều thầy chữa bệnh ở khắp muôn phương… nhưng vẫn cứ bảo rằng: "Bệnh của mình bất trị!" Như thế thì những người nghèo khó đang thiếu từng viên thuốc như ở Africa, Ethiopia, Việt Nam… thì sao?

Theo luật Nhân Quả: Những vị này khi tái sinh, sẽ bị bệnh bất trị thật sự, và sẽ không có thuốc men, cũng như không có Bác Sĩ nào cả.

Bệnh bất trị về vật chất quá dư thừa như: Nhiều vị có tiền bạc, quần áo, thức ăn, vật dụng và cuộc sống tiện nghi cùng tột! nhưng lại than van về: " Khí hậu nóng quá, lạnh quá, và mọi thức ăn, vật dụng đều không được tuyệt đối như ý, vì chúng phản ảnh sức khỏe và đời sống! Ôi đúng là cõi Sa Bà đầy uế trược…"

Theo luật Nhân Quả: những vị này khi tái sinh, sẽ bị nghèo đói và sẽ sinh ở những quốc gia có khí hậu đã không ôn hòa, lại còn chiến tranh không bao giờ dứt!

Bệnh bất trị vì được nuông chiều như:

Những người vợ hay người chồng được cưng chiều quá độ!
Những ông bố hay bà mẹ được con cái hiếu để nuông chiều quá mức!
Những người con, người đệ tử được nâng niu, chiều chuộng vô cùng tận…

Nhưng họ vẫn nhăn nhó, khó khăn, không bao giờ thỏa mãn, cho nên chiều sao cũng không vừa! Chỉ vì họ có thói hư nũng nịu và lòng tham vô đáy!

Sao những vị ấy không nghĩ đến những sự bất hạnh của: những người đang bị con cái bất hiếu bỏ rơi! Những người vợ, người chồng đang bị phụ rẫy, dánh đập! Những đứa trẻ mồ côi cha mẹ đang sống lê la ở đầu đường, xó chợ.

Theo luật Nhân Quả: những vị này khi tái sinh, sẽ bị mọi người khinh khi, ghét bỏ, và cuộc đời của họ sẽ không có tình thương, rất cô đơn, tủi nhục.

Bệnh bất trị vì quá lười biếng nhưng lại tham lam và ham hố đủ điều, đó là những vị:

Thích giầu có, cao sang nhưng lại không chịu siêng năng làm việc
Thích bằng cấp cao nhưng lại không chịu học hành

Thích nhà cửa khang trang nhưng lại không chịu lau chùi, dọn dẹp sạch sẽ, mỹ thuật

Thích thành Phật, thành Tổ nhưng lại lười biếng tu hành, sửa đổi.

Theo luật Nhân Quả: Những vị này khi tái sinh sẽ bị làm súc sinh hay làm những người tàn tật.

Tóm lại: Phải chăng tất cả các bệnh bất trị, tự mình hư hỏng, vờ vĩnh sáng tạo ra! chỉ vì muốn thỏa mãn "Cái Ngã", tức cái Vọng Tâm Thức vô minh đầy tham, sân, si?

Đúng vậy, hầu hết là vì vô minh mới si mê bịa đặt để được ve vuốt cái bản ngã! Khi bản ngã càng được vuốt ve, thì lại càng tham lam; và khi tham lam không được thỏa mãn thì nổi sân, nổi hận… Nếu cứ tiếp tục như vậy mà không biết ngừng để tu sửa, thì rất nguy hiểm cho những kiếp tương lai, không tránh được mọi đọa đầy của nhân quả nghiệp báo! do chính mình đã tự gieo nhân thì tự mình phải hái quả, chứ không phải Phật hay Bồ tát nào phạt mình cả.

Thế cho nên dù chúng ta là ai? Già, trẻ, lớn, bé, giầu, nghèo, sang, hèn… đều nên cẩn thận, dè chừng với mọi ý nghĩ, lời nói, hành vi trong suốt cuộc đời của mình! để tránh mọi sự phiền não, khổ đau về nhân quả, nghiệp báo không sao tránh khỏi.

Do đó chúng ta không nên tự đặt địa vị của mình vào mọi tình trạng "bất trị" để rồi vô phương cứu chữa! và cuộc đời coi như đã tàn phế, mọi sự, mọi vật liên hệ với mình đều là vô dụng… như thế thì có sống cũng như đã chết!

Thật vậy, tự chúng ta phát minh ra cuộc đời vô vọng và vô dụng của mình không ngoài mục đích làm cho người thân đặc biệt chú ý, đặc biệt thương yêu mình! Nhưng có biết đâu kết quả đi ngược lại hết bởi: Những người thân yêu của chúng ta sẽ dần dần chán nản; sẽ xa lánh và lẩn trốn vì những sự hành hạ, đòi hỏi, nũng nịu thái quá của chúng ta!

Đó chính là nhân quả hiện hữu ngay ở đời này, chứ không cần phải chờ tới kiếp nào khác nữa!

Nếu là người có trí tuệ từ bi thì đã không bao giờ làm phiền quá đáng! Mà ngược lại họ luôn luôn kiểm điểm chính mình để tu sửa với cái Tâm Trí: Can đảm, kiên trì và bất khuất chứ không chịu "bất trị" như thế bao giờ…

Bằng mọi phương tiện dùng làm công phu như: Tham Thoại Đầu, Tham Công Án, Niệm Phật, Trì Chú… chúng ta có thể chuyển hóa những "Bịnh bất trị" ấy một cách dễ dàng là:

Thay vì bất trị về bệnh lười biếng! thì hãy cố gắng can đảm, khuất phục bằng công phu là chuyển hóa nó thành tính siêng năng, cần mẫn.

Thay vì bất trị về bệnh vờ vệt, hay thêu dệt! thì hãy cố gắng can đảm, khuất phục bằng công phu là chuyển hóa nó thành tính đứng đắn, trung thực.

Thay vì bất trị về bệnh nóng nảy, sân hận, tham lam! Thì hãy cố gắng can đảm, khuất phục bằng công phu là chuyển hóa nó thành tính bình thản, tươi mát, hài hòa và rộng rãi bố thí.

Thay vì bất trị về bệnh: ngạo mạn, ghen ghét, tranh đua! Thì hãy cố gắng, can đảm khuất phục bằng công phu là chuyển hóa nó thành tính khiêm cung học hỏi, luôn tán dương khi thấy những ai tốt và thành công hơn mình.

Thay vì bất trị về bệnh: Che dấu, ích kỷ, hiểm độc, ưa thị phi và thích nói xấu! thì hãy cố gắng can đảm khuất phục bằng công phu là chuyển hóa nó thành tính: rộng rãi, cởi mở, luôn luôn giúp đỡ người một cách tận tình, bỏ ngoài tai mọi chuyện thị phi và luôn khen ngợi tất cả những gì tốt đẹp của mọi người.

Riêng về Đạo Pháp:

Thay vì bất trị về bệnh lười tập trung, nên đã để Tâm mình buông thả hư hỏng, tán loạn! rồi chạy theo, và thi hành mãi không ngừng với những tập khí thói hư, tật xấu ấy… thì nay hãy cố gắng, can đảm, khuất phục chúng bằng công phu, để đưa Tán Loạn Tâm ấy về Nhất Tâm, tức Đơn Tâm là "Chân Như Niệm"! thì dù chẳng muốn cũng sẽ thành Bồ Tát, thành Phật.

Chung qui là: "Duy Tâm sở hiện" do chính chúng ta muốn sao thì được vậy: Giỏi hay dốt, siêng hay lười, tốt hay xấu, thành Phật hay thành ma cũng đều do cái Tâm của mình mà thôi! vì vậy bất cứ là ai biết: "Hổ thẹn" mà tu tỉnh! thì cũng đều tiến tới chân lý giải thoát Luân Hồi Sinh Tử cả.

*

Sạch Cả Ngoài, Trong

Lếch thếch, lôi thôi thấy tội rồi
Ôi chao! Bề bộn, thảm thương ôi!
Bẩn ngoài là tất trong cùng bẩn
Bẩn vật, bẩn người, bẩn mọi nơi...
Nhơ bẩn thế này, thật khổ thôi
Sau đây khổ cảnh, khó xa rời!
Đẹp xinh, thanh sạch, cần tinh tiến
Sạch cả trong, ngoài, tột thảnh thơi
Sạch cả trong, ngoài là thấy Đạo
Niết Bàn, Tịnh Độ đây người ơi!

Sân Si

Khi sân si, quả ta hơn thú dữ
Mắng thét vang, nạt nộ, rụng rung trời
Lửa tự đốt, mắt hung rực từng hồi
Tưởng người sợ, thiên lôi đà quỳ gối

Lúc sân si, sợ gì không làm tới
Mặc ai cười và mặc cả ai khinh
Xá chi gì, trí tuệ với tử sinh
Lý trí loạn, ta mất ta chẳng chối

Ta mất ta, ta không còn kịp hối
Mất ta rồi, ta chìm đắm tử sinh
Ta ngu si, ta nào sợ điêu linh
Ta gào thét, đớn đau trong ngục tối

Ôi hỏa ngục! Ôi hãi hùng khiếp đảm!
Nó gan lì, chẳng sợ tiếng ta than
Nó đốt ta, ta hét đến cổ khan
Nó đâu biết, là ta đây thật thảm

Nói Xấu

Em nói xấu người, bất tịnh chính miệng em
Người chưa thấy xấu, mà em đã lọ lem!
Tưởng đập người xuống, là em tăng thêm giá
Sao vạch áo, đưa lưng, cho thiên hạ xem?

Người tư cách, tài danh, em thấy ghen ghen
Ai đạo đức, giầu sang, em càng thêm thèm
Sắc, danh, tài, nhân quả vun trồng nhiều kiếp...
Nói xấu, làm sao ảnh hưởng được đâu em?

Chấp nhận đi em,em có phận đừng quên
Ráng tu tâm, dưỡng tính, có ngày, có phen
Muốn hưởng phúc báu, ồ nào đâu có khó!
Khó chăng là, em hái đích thực hoa sen

Thâm Hiểm

Đừng thâm trầm, đừng đầy nham hiểm
Cởi mở đi, nhẹ nỗi đảo điên
Cõi ảo mộng đã lắm ưu phiền!
Đừng chấp chứa nỗi niềm cay đắng

Mở lòng rộng, đón chào mưa nắng
Từ bi tâm trọn vẹn, vô biên
Dang vòng tay ôm trọn mọi miền
Người hay vật với ta đồng thể

Bệnh Hà Tiện

Hỏi chết đi, mang chi ngoài cái nghiệp?
Dữ lôi ta xuống, thiện nghiệp đưa lên
Vợ chồng, con cháu, danh tài kề bên...
Đem chẳng được, chỉ mình tôi vĩnh biệt

Có khi nào dám, giúp người, gây phúc?
Đã bao giờ, bố thí, tạo thiện duyên?
Toan tính, so đo, luẩn quẩn, đảo điên
Ôi keo kiết, suốt cuộc đời hà tiện!

Mai hậu, kiếp, đời, đói khổ triền miên...
Bệnh kiết keo, sao tránh khỏi lụy phiền
Hà tiện nhân, tạo quả sau nghèo mạt
Nhân quả nào sai, tự chuốc oan khiên!

Nhân Quả

Ích kỷ, ghét ghen, để làm chi?
Tranh đua cho lắm, đâu ích gì
Phúc báu của ai, người nấy hưởng
Nhân quả nào sai, dù nửa li

Đố kỵ, ghét ghen, lệ ướt mi
Tội chi đầy đọa mình một khi
Nhân quả tương ưng, không sai chạy
Hiểu rồi, ta quét sạch sầu bi

Hiềm tị, đấu tranh, bệnh mê si
Tự mình chuốc lấy chuyện thị phi
Vô tình, ta tạo thêm nghiệp dữ
Thôi mắt mở rồi, hãy từ bi

Ghen

Khi đang Ghen ta như người mất trí
Lồng lộn quay cuồng như đất lở, trời long
Gào thét vang ầm như thú dữ hung hăng
Khiến người coi nhẹ, còn lòng ta tan tác!

Người sâu sắc không ghen, tuông, hận, oán
Ai hơn ta là đã có nguyên nhân
Họ đã Tu, đã gian khổ bội phần
Nhân trước gieo, thì đời nay sẽ gặt

Người sâu sắc hiểu Nhân Duyên, Nghiêp Báo
Chấp nhận thôi và Tu Sửa Nghiệp Nhân
Mọi oán ân, mọi ngang trái, nợ nần
Không đời này cũng do bao đời trước

Mọi mất mát, mọi kém thua muốn vượt
Đừng than trời, trách đất, giận, hờn, ghen
Ta càng ghen, người càng tiến hơn lên
Càng căm hận, người càng lên tột đỉnh

Tự quay lại, tự phanh phui, quán xét
Tự sám, tự chừa bao tội lỗi vô minh
Chỉ Tu thôi, tự hỏi "Ai là mình?"
Khi kiếm ra là trăng thanh tự hiện

Bất Khuất

Bất Khuất có nghĩa đã không chịu đầu hàng, mà ngược lại còn khuất phục mọi chông gai, bão tố… tức vượt được mọi khó khăn mà không hề nản lòng thối chí!

Bất Khuất ở đây không phải là cái bản ngã điên đảo ngạo mạn, bướng bỉnh, luôn lý sự của Tâm Thức: đầy ích kỷ, thích thắng/thua, yêu/ghét, hờn ghen, tranh dành để rồi kết quả dễ đi đến chiến tranh đổ máu!

Người có tâm trí bất khuất đúng nghĩa thì luôn có lòng tự tin, rất can đảm, rất kiên trì, dũng mãnh; sẵn sàng hy sinh thân mình và hy sinh mọi liên hệ về danh, tài, ái dục… nên mọi sự việc đều dễ thành công.

Đúng thế, muôn sự ở đời mà dễ thành công đều không ngoài Tính Bất Khuất! Nó bao gồm mọi đức tính vừa kể… cho nên:

> Người có nghĩa khí bất khuất sẽ không bao giờ lười biếng, chán nản.
>
> Người có nghĩa khí bất khuất đã sẵn sàng buông hết vạn sự… thì có bao giờ để ý đến những chuyện thị phi, nịnh bợ! nghĩa là người ấy không hề chấp chước, nên dễ tiến tới cái "Vô Sở Trụ" là Tính không dính mắc bất cứ cái gì.
>
> Người có nghĩa khí bất khuất đã coi nhẹ cái chết, thì còn sợ gì mọi chướng ngại ở đời.

Người có nghĩa khí bất khuất còn dễ khuất phục mọi người vì: tính kiên trì, hy sinh, can đảm, và không coi nặng vấn đề vật chất, nghĩa là không màng tư lợi cá nhân… khiến người người kính trọng và mến phục.

Về Đạo Pháp:

Người có nghĩa khí bất khuất cũng dễ khuất phục chính mình, để điều phục cái Tâm Vọng Tưởng Biên Kiến, do đó dễ thành tựu về Phật Pháp! cho nên đức hạnh càng vẹn toàn, vì những cái quí báu nhất như thân mạng, tiền tài, danh vọng… mà người ấy còn buông xả được hết, huống gì những thói hư, tật xấu tầm thường của Thân Tâm mình lại không bỏ được!

Bởi thế đức tính Bất Khuất rất cần cho mọi người; hầu hết chúng ta rất yếu đuối, không tự tin, thích ỷ lại, và nếu không có cái gì để bám víu… thì dễ thối chí, dễ nản lòng, dễ buông xuôi, để rồi muốn ra sao thì ra! Bản tính bất lực ấy không phải ai cũng có, nhưng hầu như đa số chúng ta hay nhút nhát, e dè cho nên:

Chưa làm đã sợ
Chưa tiến đã lùi
Chưa thử đã nghĩ đến thất bại…

Tất cả cũng chỉ vì Tính tự ti mặc cảm quá nhiều, nên chúng ta đã tự đánh giá trị của mình quá thấp! đến nỗi chỉ nhìn xuống mà ít bao giờ dám ngước mặt lên, mặc dầu trong lòng cũng đầy tham vọng, khao khát mọi sự thành công để mở mày, mở mặt với đời.

Thật ra thì ai cũng như ai, sức sống bình đẳng đồng đều, trong mỗi con người! và ai cũng có "Phật Tâm", nên đều thấy biết rõ ràng trong mọi khía cạnh của thân tâm mình… chỉ hiềm một nỗi là chúng ta có dám tự kiểm soát, và lên án chính mình không? Để tự trừng phạt mình, tự sửa chữa mọi sai lầm của cá nhân mình, ngõ hầu tiến tới mục đích mà mình mong muốn về Đời cũng như về Đạo.

Để trau dồi, rèn luyện cho mình có tính Bất Khuất, thì chúng ta nên dùng một trong những phương tiện sau đây làm công phu như: Tham Thiền là Tham Thoại Đầu, Tham Công Án, hay Niệm Phật, hay Trì Chú.

Nếu xét thấy mình quá lười biếng: thì hãy tự mắng mình, tự hổ thẹn để can đảm vùng lên mà bất khuất cái tính lười biếng ấy.

Nếu thấy mình yếu đuối, nhát nhúa, lại nóng nẩy, không có nghị lực, không tự tin: thì với công phu, hãy thực tập một cách siêng năng, kiên trì để bất khuất cái tính yếu đuối, nhát nhúa, bất lực và không tự tin đó.

Với Tính Bất Khuất sẵn có nghị lực, can trường, hy sinh, cố gắng ấy… chúng ta sẽ phá hủy được tính lười biếng, chán nản, cô đơn, ỷ lại, và mọi mặc cảm v.v… để tiến tới sự thành công trọn vẹn trong mọi sự, mọi việc về Đời, về Đạo, dù là những việc khó khăn, gian truân tới đâu? chúng ta vẫn không đầu hàng mà cứ cố gắng để bất khuất nó.

Nếu thực hành được đúng như vậy, thì chính chúng ta cũng phải sững sờ, vui mừng không thể tả! về sự tiến triển muôn mặt về Đời, về Đạo… Mặc dù là nhân quả bao đời của tất cả mọi người đã an bài trong: giỏi/dốt, xấu/đẹp, sang/hèn… nhưng vi diệu thay! Có tu là sẽ có chuyển; Nếu đã có cố gắng, đã có sự bất khuất không ngừng về muôn điều, muôn sự, như thế! Là đã tự động đang tu hành, đang tinh tấn, đang chuyển hóa… và đương nhiên mọi sự đỗ đạt thành danh ở đời, và ngay cả việc thành tựu về Đạo Pháp cũng sẽ phải được toại nguyện.

*

Giới

Người chân tu, thường hằng trì, giữ giới
Chẳng xa rời, dù nửa bước chân thôi
Giới soi đường, thắp sáng khắp muôn nơi
Giới mắt sáng, dẫn kẻ mù ra khỏi tối
Giới tịch tĩnh, khiết tinh trong mọi lối
Giới địa bàn, cứu kẻ lạc ngoài khơi
Giới bản đồ rốt ráo quá ai ơi!
Giới là Phật, tiếp chúng sinh về Tuyệt Đối

Biết Gì?

Cứ tưởng mình biết, hóa chẳng biết gì
Cứ tưởng mình giỏi, thì ra mê si
Vọng tưởng đó mà, tranh đua tang tóc!
Thôi thật khiêm cung, học hết mê đi

Học đến bao giờ cho hết mê si?
Không dễ gì đâu, muôn vàn điều học
Học đời, học đạo, học mãi, học gì?
Học đến khi nào lệ hết thấm mi

Tự hỏi vì sao lệ ướt khóe mi?
Chỉ vì nghiệp dữ, cái nghiệp mê si
Cái nghiệp si này, luân hồi sinh tử
Làm sao không học, cho hết mê đi

Ta Và Người
(Năng và Sở)

Không phân biệt, nào người với ta
Không năng, không sở hãy vị tha
Chớ xào xáo, nồi da nấu thịt
Chớ xẻ chia, làm bảy, làm ba

Một đất tâm, thể cùng một nhà
Một vầng trăng, mà chia hai, ba
Cái này của người, cái kia của ta!
Hỏi thân ta, giữ được đâu mà?

Vậy: cái gì gọi là của ta?
Chồng ta, vợ ta, con cháu ta
Xe ta, nhà ta, đất nước ta
Càng nhận của ta, càng xa ta!

Tâm phân biệt, bận rộn thật tối đa
Phân tích đêm ngày, thêu dệt vọng ma
Càng phân biệt, lại càng thêm ích kỷ
Để tâm buông lung, sinh tử khó qua!

Cùng một đất tâm, cùng thể một nhà
Thôi ngưng phân biệt, của người, của ta
Hoán chuyển Thức Tâm, ổ Tâm ý Thức
Linh Diệu là đây, còn chi gần xa

Phóng Sinh

Một mái ấm gia đình riêng nho nhỏ, đôi khi còn gọi là tổ ấm gia đình nữa. Trong tổ ấm ấy có cha mẹ, vợ chồng, con cái... Sự sum họp sống chung trong tình thương yêu lẫn nhau như thế gọi là hạnh phúc gia đình.

Chúng ta trân quí nhau, trân quí cái hạnh phúc thiêng liêng của gia đình mình: trên kính, dưới nhường, đắng cay, ngọt bùi, phúc cùng hưởng, họa cùng đau! cùng học hỏi tinh tấn, cùng bao bọc hy sinh cho nhau và cùng cố gắng chu toàn, cũng như bảo vệ nhau về mọi mặt để bảo tồn mãi cái hạnh phúc gia đình riêng tư đó.

Nhưng nếu có những tai biến, hoạn nạn xảy ra; hoặc có những hoàn cảnh không hay phải chia lìa; hoặc trong gia đình có ai chết là chúng ta lâm ngay vào cảnh kẻ mất người còn, biệt ly tan tác! thì ai lại không khóc lóc, đau thương, cô đơn, và buồn thảm.

Với loài người là như thế, thì với loài vật cũng chẳng khác gì! Chúng cũng có tình cảm, cũng thương yêu, cũng biết hy sinh, đùm bọc, bảo vệ nhau và cũng có bổn phận trách nhiệm với nhau.

Nếu chúng ta quan sát kỹ sẽ thấy:

Cảnh gà mẹ phồng mang, dương cánh bao bọc đàn gà con khi thấy diều hâu đến bắt con mình!

Cảnh chó mẹ gầm gừ thật dữ dằn nếu có ai đụng đến chó con của nó!

Cảnh một tổ chim ríu rít, hạnh phúc ấm êm... Hàng ngày chim bố và chim mẹ thay phiên nhau đi kiếm mồi về nuôi mớm đàn chim con. Nhưng rồi có tai biến, các chim con bị bắt, tổ chim tan tành! trước cảnh tang thương ấy, chim bố và chim mẹ về nhớn nhác, ngỡ ngàng... cứ bay lòng vòng quanh quẩn mãi để lùng kiếm và réo gọi các chim con. Chúng gọi thất thanh! chúng gọi thảm thiết! tiếng chim như khóc lóc, như than van, như đứt ruột, đứt gan! cứ thế quẩn quanh mãi nơi tổ chim bị phá hủy và mất con.

Rồi đến độ quá đau thương, chim mẹ chết! chim bố lẻ loi, lạc lõng, cô đơn một mình, nhưng vẫn không rời chỗ ấy. Suốt ngày đêm xào xạc, héo hắt, xác xơ; hót lên những tiếng hót cô đơn, não nùng, bi thương nhất, và cuối cùng chim bố cũng lại chết theo chim mẹ và các chim con!

Thật là cảm động, đáng kính trọng và đáng ca tụng biết bao về tình thương yêu gia đình giữa vợ chồng, con cái quá ư là thắm thiết và thiêng liêng đến như vậy của loài vật!

Ấy thế mà sao chúng ta nỡ nào ăn uống no say bằng những thân mạng của thú vật như: qua những đám cưới, đám ma, giỗ tết, sinh nhật, thượng thọ, thăng quan tiến chức, tiệc tùng này nọ...

Và chúng ta nỡ nào vui sướng, hạnh phúc, khoái khẩu bằng những máu đổ thịt rơi, với những tiếng hú hãi hùng, tiếng kêu khóc vì đớn đau kinh hoàng đến cùng tột của những con vật vô tội kia, không có một chút tự vệ! không có một ai đoái hoài, che chở, xót thương… Chúng đang bị bắt nạt, đang bị giết để làm thức ăn nuôi sinh mạng loài người. Nhưng loài người quá ích kỷ, chỉ nghĩ đến cái lợi cho mình mà quên đi cảnh cha lìa con, vợ lìa chồng, xảy đàn, tan nghé của những con vật đáng thương này!

Vậy mà sao chúng ta vẫn mê sảng vui cười với những lời chúc tụng không ngớt: Nào là sự báo hiếu tạ ơn, nào là mừng này, mừng nọ qua những bữa tiệc linh đình bằng toàn thân mạng của những con vật tội nghiệp đó! chúng ta liên hoan, nhảy nhót với nhau. Càng yêu thương nhau nhiều thì lại càng tiếp cho nhau ăn thật nhiều những miếng ngon, chính là thân thể của những sinh vật bị uy hiếp, hy sinh một cách hết sức vô lý ấy.

Còn rất nhiều cái phi lý dã man độc ác khác. Có nhiều người mê tín dị đoan đã đem giết những con vật vô tội như: trâu, bò, lợn, gà, chim, cá v.v… làm vật cúng tế, đút lót cho các vị thần thánh như thần sông, thần núi, thần nước, thần lửa... để xin tha mạng sống của mình, bằng cách thay thế bằng thân mạng của những con vật.

Và có nhiều người bảo rằng: "Phải giết những con vật để trao đổi" mới có thể xin được:

Mưa thuận gió hòa
Mùa màng tươi tốt
Của cải như nước
Giàu sang lâu bền
Mạng sống trường thọ...

Hiện nay, vẫn nhan nhản khắp mọi nơi, mọi chỗ, ở một số quốc gia Á Đông, và ở ngay đây người ta vẫn đang bẫy, đang bắt, đang lưới, đang mua bán súc vật, chim muông, cua cá. Dùng thân phận của những con vật này mà "phóng sinh" để cầu an, cầu phúc, cầu hòa bình, cầu tai qua nạn khỏi, cầu tiêu trừ tật bệnh, cầu tăng thêm tuổi thọ để sống lâu…

Những hành động này hoàn toàn vô minh, thiếu suy xét, không hợp lý, không hợp sự, và không hợp đạo đức!

Hỏi rằng:

Có ai muốn những tai nạn và sự chết chóc như: Bị bắt bớ, bị giăng bẫy, bị đem đi bán cho người ta ăn thịt như các loài muông thú đang bị hàng ngày không?

Có ai muốn cảnh mất nhà, mất tổ ấm, mất nơi trú ẩn như những tổ chim đang bị phá hủy không?

Có ai muốn cảnh vợ chồng, con cái bị chia lìa, gia đình tan nát như cảnh huống của thú rừng, của chim chóc không?

Có ai muốn bị giết để thế mạng, để làm vật cúng tế và làm thức ăn như muôn loài thú vật đang bị hy sinh từng giây, từng phút không?

Dĩ nhiên là không ai muốn những sự thống khổ như vậy! dù là loài người hay loài thú, chẳng ai không tham sống, sợ chết! chẳng ai không trân quí và bảo vệ một cách tối đa cho bản thân, cùng những gì thuộc về mình, vì đó là cái hạnh phúc của mình và của riêng gia đình mình.

Chúng ta vô minh chỉ vì tư lợi cho bản ngã, đã thích ăn ngon nhưng lại đê hèn đổ tội cho Chúa với câu:

"*Vật Dưỡng Sinh*"

Trong khi hình ảnh Chúa nâng niu, thương yêu bồng từng con cừu, thì câu nói đó chắc chắn không phải là của Chúa rồi!

Cũng như trong Kinh, Đức Phật dạy:

"Ai gieo nhân nào thì sẽ gặt quả ấy"

Nghiệp lành hay nghiệp dữ đều do chính chúng ta tự tạo, thì cũng chính chúng ta phải tự gánh lấy! không một ai có thể gánh hộ cho mình. Cho nên đã tự cột thì cũng tự mình phải cởi. Vậy làm sao mà bắt thú vật thế mạng, chịu tội cho mình được?

Làm như thế đã chẳng được gì, mà còn bị cái tội giết mạng thì phải đền mạng là lẽ tự nhiên!

Do đó, việc phóng sinh muông thú, chim chóc thì cũng vậy! dĩ nhiên là chẳng được gì mà còn bị cái nghiệp dữ là làm xẩy đàn tan nghé, chia vợ rẽ chồng chúng. Làm con cái chúng lạc lõng bơ vơ. Làm gia đình chúng bị chia ly tan nát! việc làm như vậy mà bảo là Phóng Sinh cho chúng, làm ơn làm phúc cho chúng nghĩa là sao? Người ta đang tự do ở trong rừng: hạnh phúc ấm êm, vợ vợ, chồng chồng, con cái ríu rít trong tổ ấm... thì mình đi săn, đi bắt rồi đem bỏ tù, đem nhốt "người ta" trong lồng, trong chậu! chật chội, nghẹt thở và đói khát để chờ đợi có người mua, rồi lại phải chờ đợi ngày giờ được đem đi thả!

Ôi! Có khi chưa được thả thì đã chết vì nghẹt thở, vì chật chội, vì quá đông...

Mà cho dù có được thả thì cũng đã lạc đàn, lạc tổ rồi, biết nơi đâu mà về!

Như thế thì hỏi rằng đã Phóng Sinh cho ai? Và liệu có chút phúc đức nào không? Hay ngược lại, toàn là tạo ác nghiệp để rồi phải trả quả:

"Gieo gió thì phải gặt bão"

Đó là lẽ công bằng nhất, không sao tránh khỏi được!

Thật ra, làm những việc ngớ ngẩn, tội lỗi ấy chỉ vì chúng ta sống trong thế giới nhị biên với cái tâm thức phân biệt của mình lúc nào cũng:

Sang - Hèn
Cao - Thấp
Giỏi - Dốt

Nên chúng ta đã tự:

Coi trọng thân mạng mình quá mức mà khinh khi
thân mạng súc sinh.

Tự đặt mình ở một địa vị quá cao, còn loài vật thì quá thấp.

Tự tôn vinh mình là cao sang, còn súc vật thì hèn hạ.

Tự nghĩ mình là giỏi giang, còn súc sinh thì ngu dốt.

Do đó, mà cái tính ích kỷ, ngạo mạn ngày càng tăng trưởng nên đã ác độc đến nỗi: giết hại chúng, ăn cướp mạng sống của chúng để nuôi mạng sống của mình; rồi lại mưu mô thủ đoạn dùng thân mạng của chúng để thủ lợi! mua bán và làm vật đổi chác cho những ai cần thế mạng, cần thức ăn để nuôi mạng sống, cần vật đút lót để mà xin xỏ đủ điều…

Khi đã thấu rõ vấn đề thì chúng ta:

Không nỡ nào dùng thân mạng súc vật làm thức ăn nữa.

Không nỡ nào dùng thân mạng súc vật làm đồ cúng tế để đền ơn đáp nghĩa hay thế mạng nữa.

Không nỡ nào dùng thân mạng súc vật làm tiệc tùng, ăn mừng này nọ nữa.

Không nỡ nào dùng thân mạng chúng làm vật hy sinh để trao đổi, khấn khứa, đút lót, xin xỏ đủ điều nữa.

Và cũng không còn nỡ nào dùng thân mạng súc vật làm việc Phóng Sinh để cầu phước, cầu tuổi thọ, cầu hòa bình, cầu hết bệnh tật, cầu tiêu tai nghiệp chướng nữa.

Nếu làm được như vậy thì:

Ngoài chợ, trong tiệm ăn không còn ai mua bán thân mạng ai nữa! và việc đi săn bắn, đi lưới, đi bẫy cũng tự ngừng.

Khi chúng ta không sát sinh nữa thì tuổi thọ tự tăng, phúc đức tự tới.

Nếu chúng ta đóng cửa được tất cả các lò sát sinh hàng loạt ấy đi, thì tự nhiên có hòa bình, không còn chiến tranh và con người cũng không còn phải chết hàng loạt vì chiến tranh nữa. Sở dĩ có chiến tranh là bởi nhân quả nghiệp báo! của sự sát hại sinh linh tập thể vẫn đang hiện hữu hàng ngày, hàng giờ trong những lò sát sinh ở khắp mọi nơi, mọi chỗ và mọi quốc gia…

Tóm lại, chỉ việc ngưng phóng sinh và sát sinh là chúng ta:

Tự cởi được ác nghiệp!
Tự tiêu tai nghiệp chướng!
Tự tăng tuổi thọ!
Tự động hòa bình!
Tự có an lạc!

Và không còn cần phải đi cầu đông, cầu tây để đút lót, để lạy van, để xin xỏ mà bị lọt vào vòng mê tín dị đoan để tự tạo nghiệp dữ!

*

Từ Bi Và Giá Trị Bình Đẳng

Từ bi với muôn loài
Không sát sinh, hại ai
Gia súc chính là bạn
Phụ giúp chúng ta hoài

Em trân quí mọi loài
Chẳng thiên vị một ai
Dù cỏ, cây, đất đá
Lợi ích có thua ai?

Xứ mạng trĩu đôi vai
Bình đẳng ai hơn ai
Chúng ta đều như thế
Vượt Nhị Biên đúng/sai.

Ăn Chay

Từ bi thương yêu em ăn chay
Để súc sinh đỡ cảnh đọa đầy
Dẫy dụa, thất thanh vì đổ máu
Than khóc, kinh hoàng nào ai hay!

Từ bi thương yêu em ăn chay
Để: Miệng không tanh, vấy máu vơi đầy
Bao tử không là mồ chôn gia súc
Thân tâm này thanh tịnh tuyệt vời thay

Từ bi thương yêu em ăn chay
Để thôi đi bao kiếp đọa đầy
Thân mạng trả vay bằng xương máu
Lục Đạo luân hồi bao đắng cay

Lễ Tạ Ơn Bằng Gà Tây

Dùng thân mạng của những vị Gà Tây vô tội
Để tạ ơn nhau, tạ đất, tạ trời
Tạ bằng mạng sống với máu đỏ thịt rơi
Của những chú gà đơn côi và yếu đuối

Lưỡi dao cứa cổ, ôi! Địa ngục là đây
Xô vào:
Phòng hơi ngạt, thôi rồi! Thân phận Gà Tây
Mặc ai dãy dụa, mặc ai đớn đau, hận uất!
Mặc ai than van, mặc ai nước mắt vơi đầy!

Ôi hãi hùng! Chẳng bút nào mà tả xiết
Ôi kinh hoàng! Nếu ta là địa vị Gà Tây
Địa ngục nơi đâu? Hay chính tại nơi đây
Ai đem: *Máu đổ, thịt rơi mà ân đền, nghĩa trả?*

Muôn loài vật, chẳng một ai không muốn sống
Chẳng có một ai muốn dâng mạng cho ai
Ỷ mạnh, hiếp yếu, hành động ấy thật sai
Vì: *"**Sức Sống Bình Đẳng**" ở ngay trong muôn loài*

Sự thật muôn đời, vẫn cứ là sự thật
Ai làm nấy chịu, tội lỗi ngập trời này
Dùng mạng thân ai, đem đến tạ thật chẳng hay
Ác độc nhường ấy, hỏi trời nào dám chứng?

Nền tảng đạo đức là chân của hạnh phúc
Chân thật, hợp lý là nghĩa của đền ơn
Đem của, công mình hiến tặng tuyệt diệu hơn
*Của người, phúc ta làm sao mà phải "**Đạo**"*

Chim *(Nhiếp Ảnh Gia Phí Văn Trung)*

Chim *(Nhiếp Ảnh Gia Phí Văn Trung)*

Cách Phóng Sinh

Phóng Sinh có rất nhiều cách:

Có những cách mê mờ, ngu muội làm đau đớn cho nhau, làm tan cửa nát nhà, làm xảy đàn tan nghé, làm cha lìa con, vợ lìa chồng, và con cái bơ vơ! Đó là cách đi mua, đi bắt, đi săn, đi lưới, đi bẫy thú rừng, chim muông về để "phóng sinh"!

Và cũng có những cách phóng sinh thật tuyệt vời, đúng chính pháp. Một công mà được đôi việc là vừa lợi mình, vừa lợi người, cũng là tự độ mình và tha độ chúng sinh.

Sau đây là một vài cách Phóng Sinh vừa lợi mình vừa lợi người mà không làm thiệt hại, khổ đau cho ai:

1. Cách Phóng Sinh thứ nhất là tùy cơ ứng biến sao cho hợp lý, hợp tình, thí dụ:

   Khi thấy đàn kiến bị lụt thì **vớt**
   Khi thấy cua cá mắc lưới thì **gỡ**
   Khi thấy thú rừng mắc bẫy thì **thả**...

2. Cách Phóng Sinh thứ hai là ăn chay càng nhiều càng tốt, đó là cách Phóng Sinh trực tiếp nhất. Ăn chay một miếng là tha mạng sống một sinh vật, ăn chay hai miếng là tha mạng sống hai sinh vật... Cách Phóng Sinh này giúp chúng ta:

   Tuổi thọ được tăng vì "không sát sinh"
   Phúc đức tăng trưởng vì có lòng từ bi "Phóng sinh"

   Do đó mà thân tâm thường thanh tịnh và tự động có an lạc.

3. Cách Phóng Sinh thứ ba là học hỏi mà tu sửa thân tâm, buông bỏ mọi thói hư tật xấu… để Phóng Sinh chính mình ra khỏi vòng sinh tử luân hồi. Chúng ta vì quá vô minh với cái Tâm Thức Nhị Biên lúc nào cũng: thật/giả, phải/trái, thiệt/hơn, đẹp/xấu, giỏi/dốt, thắng/thua, v.v.. cho nên có sinh, có tử và cũng bởi vô minh mới tư lợi để thỏa mãn cho bản ngã *(tức là có lợi cho bản Thân mình)* nên cái gì tốt, cái gì hay, cái gì có lợi là vơ hết vào cho mình! do đó cứ nhắm mắt mà làm bừa, dù biết rằng cái công việc làm đó sẽ: hại mình, hại người, và sự việc này có thể đi đến kết quả là tan hoang thảm khốc nhất cũng mặc… Chung qui chỉ vì yêu thương, trân quí thân mình và những gì thuộc về mình quá mức! Cho nên lúc nào cũng tư lợi và bảo vệ nó đến cùng tột dù có phải chết sống.

Vì thế mà càng ngày càng tham lam đủ mọi thứ:

Tham tiền tài
Tham danh vọng
Tham quyền hành
Tham ái dục
Tham ăn
Tham ngủ...

Và cũng bởi quá tham lam như thế, nên lúc nào cũng: quỷ quyệt, ăn gian, nói dối, ích kỷ, ghét ghen, mưu mô, thủ đoạn, đấu tranh, để mà vơ vét cho thật nhiều đến nỗi không còn biết thế nào là vừa, là đủ nữa… Rồi tham không được thì sân hận, thù hằn, ghen tuông, ghét bỏ! Còn nếu tham được thì tự kiêu, ngạo mạn, và coi đời bằng nửa con mắt. Đó là những nguyên nhân nhốt chúng ta mãi trong luân hồi sinh tử.

Những ai gàn dở, bướng bỉnh, cố chấp với những thành kiến không thể nào thay đổi được! Thì người ấy đã tự tạo, tự chiêu cảm cho chính mình một dòng nghiệp lực để tự trói, tự đầy đọa khổ đau, tự nguyện, tự đưa, và tự nhốt mình vào vòng sinh tử…

Những ai khôn ngoan hơn, vì đã tu nhiều đời nên khá thấm nhuần Đạo Pháp. Nay được gặp Phật Pháp thì nhận ra liền, chẳng còn chút nào nghi ngờ nên họ cứ tinh tấn mãi, để tiến tới chân lý giải thoát một cách dễ dàng. Những vị này thì dĩ nhiên là vô minh mỏng, rất thông minh, do đó dễ nhận chân, cũng dễ buông xả để mà Phóng Sinh cho chính mình ra khỏi vòng sinh tử luân hồi vô lý ấy!

Các vị này lúc nào cũng Phóng Sinh cho mình và cho người trong từng giây, từng phút, từng sát na. Bởi thế, dù muốn hay không đương nhiên họ vẫn đang trên con đường Bồ Tát Đạo, là đang phá ngã chấp và pháp chấp đến tận cùng. Cho nên mọi hành động, mọi lời nói đều hoàn hảo; không có chút sơ hở nào. Đấy mới đúng chân nghĩa của thực hành và ứng dụng *"Ba La Mật"!* vì vậy mà Thân Khẩu Ý, tức Thân Tâm *(là chính mình);* và Thế Giới *(tức là người và vũ trụ vạn vật)* đều tuyệt đối thanh tịnh.

Quả đúng là:

"Thực tướng, thực hành và thực dụng"

Sau đây là phương pháp Phóng Sinh của các vị tu chân chính. Họ hành trì công phu không sơ hở, tức là giữ sao cho công phu thật miên mật, ngày cũng như đêm không gián đoạn nên việc Phóng Sinh thật là dễ dàng.

Những qui tắc của các Ngài là:

Phóng Sinh chính mình, là Phóng Sinh cho người.

Phóng Sinh là hỷ xả, tha thứ cho người, tức là hỷ xả, tha thứ cho chính mình.

Phóng Sinh là tự độ chính mình và cũng là tha độ chúng sinh.

Tại sao Phóng Sinh chính mình là Phóng Sinh cho người?

Khi đang hận thù ai thì tâm ta không thể an lạc được! Vì lúc nào tâm trạng cũng chĩu nặng những buồn đau. Và khổ nhất là khi phải tiếp xúc, làm việc với nhau hàng ngày thì nỗi đau buồn này làm sao mà tả cho xiết được…

Nhưng với công phu, chúng ta sẽ dễ dàng hỷ xả để buông bỏ đi những oán thù vô ích ấy. Cái giây phút buông bỏ, là Tâm ta có sự hoan hỷ, hạnh phúc, và an lạc ngay lập tức! Đó là chúng ta tự Phóng Sinh cho chính mình, đồng thời cũng là Phóng Sinh cho người, vì người ấy đã được ta tha, không còn hận thù nữa thì:

Đạo ở ngay đó, và trí tuệ từ bi cũng là ngay đó!

Cũng như thế chúng ta buông bỏ đi những tập khí vừa hại mình lại hại người như:

Tính tham lam hay ăn cắp chỉ vì thủ lợi
Tính ngạo mạn vì tưởng mình hơn người
Tính nham hiểm, ác độc thích hại người vì tranh dành, ích kỷ
Tính ghét ghen, thủ đoạn, mưu mô chỉ vì thủ lợi và thỏa mãn cho tự ngã...

Những tập khí này rất khó bỏ. Nói thì dễ, nhưng khi sự việc không được hài lòng xảy ra, thì tập khí thói hư lại được dịp bùng nổ! Do đó chúng ta phải có công phu. Với công phu, chúng ta mới buông bỏ được chúng, và khi đã buông sạch những thói hư, tật xấu ấy thì Thân Tâm thanh tịnh ngay. Cũng là trực tiếp chúng ta đã đóng được các cửa Địa Ngục, Ngã Quỉ, Súc Sinh để mà Phóng Sinh chính mình! Đúng như Lục Tổ Huệ Năng đã nói:

"Tự Tâm Mê tức chúng sinh, Tự Tâm Ngộ tức Phật"

Để công phu được miên mật mà phóng sinh chính mình và người chúng ta đã sẵn có những phương tiện sau đây:

Niệm Phật

Trì Chú

Thiền { Tham Công Án / Tham Thoại Đầu

Hãy dùng một trong những phương tiện ấy làm công phu là chúng ta chuyển hóa được mọi tập khí, thói hư, tật xấu thành công phu. Khi công phu đã quen rồi, đã quá thuần thục rồi thì tự động công phu hiện hữu, không gián đoạn! dù chúng ta có muốn ngưng cũng chẳng thể được. Vậy thì còn lo gì mọi hoang mang, mọi sợ hãi nữa. Khi khỏe mạnh cũng như lúc yếu đau, khi hoạn nạn cũng như lúc sắp lìa đời, lúc nào cũng giống như lúc nào, toàn là công phu và công phu...

Công phu tự đối nội (tức đối với Tâm, Ý, và Ý Thức), và công phu tự đối ngoại (tức đối với Thân và Thế Giới) một cách thật vi tế, tuyệt vời. Công phu tự thanh lọc Thân Tâm đến độ siêu thanh tịnh, do đó mà Thức tự chuyển thành Trí.

Và:

"Công phu chính là Định Huệ, Định Huệ chính là công phu"

Vì có công phu mà hòa đồng Thân Tâm, Thế Giới.
Vì có công phu mà thâm nhập được cái vượt thời gian lẫn không gian.
Vì có công phu mà khiêm cung, đức độ, tự đập ngã, đập pháp từng sát na để học hỏi tinh tấn mãi không ngừng...
Và cũng vì có công phu mà việc Phóng Sinh được hoàn toàn tuyệt đối.

Chú ý:

Rất nhiều người hiểu lầm về chữ "**Thiền**" và "**Tham Thiền**":

Khi nói đến "**Thiền**" là chỉ nghĩ đến ngồi Thiền mà thôi! Nhưng không biết rằng, dù ngồi hay không ngồi lúc nào cũng vẫn **"Tham Thiền"** một cách thật miên mật.

Theo Lai Quả Thiền Sư và Duy Lực Thiền Sư:

Tham Thiền là kiếm cho mình một câu Công Án, hay một câu Thoại Đầu thật thích hợp, thí dụ:

Công Án "*MU* " hay Công Án " *Tôi Là Ai?* " …
Câu Thoại Đầu: "*Khi chưa có Trời Đất Ta là cái gì*? "
Hay Câu Thoại Đầu: "*Niệm Phật là Ai*? "…

Chỉ chọn một câu thôi, và cứ hỏi liên tục không ngừng nghỉ. Khi thì hỏi ra tiếng, khi thì hỏi thầm, suốt ngày đêm cả khi: ăn, ngủ, làm việc, nghỉ ngơi …

Xin nhắc lại, *đừng hiểu lầm tham thiền là ngồi thiền.* Mà Tham là hỏi, hỏi để nghi. Có nghi thì sẽ có ngộ, tuy nhiên nếu chỉ tham thiền mà không ngồi thiền là vô cùng thiếu sót! Chúng ta rất cần ngồi, ngồi càng nhiều càng tốt, do lẽ đó mới có những buổi Nhiếp Tâm hai ngày, năm ngày, bảy ngày. Đức Thích Ca còn phải ngồi bốn mươi chín ngày, thì chúng ta là gì mà không cần ngồi? Thường thì trong những buổi Nhiếp Tâm dễ có cơ hội "Ngộ".

Tham Thiền không dùng thức tâm phân biệt đi truy tìm (tìm hiểu, đoán mò để giải đáp câu hỏi), truy tìm chỉ là hồ nghi, là lọt vào tương đối! vì dùng trí óc để suy lường, tức thế gian pháp. Còn **chính nghi** thì chỉ cho *tâm không hiểu, không biết* chứ không cho tâm đi truy tìm là không dùng bộ óc, nên không lọt vào tương đối, tức xuất thế gian pháp.

Vậy, tham là Hỏi. Dùng câu Công Án hay Thoại Đầu để "hỏi". "Hỏi" một cách rõ ràng từng chữ, phải kiên trì mà "hỏi"; "Hỏi" bằng cả tám mươi bốn ngàn lỗ chân lông, và ba trăm sáu mươi cái xương trong thân mình, chứ không chỉ "Hỏi" bằng miệng là niệm Công Án! Chỉ cần chú tâm 100% mà "Hỏi"; không giải đãi, không nôn nóng thôi thúc, không mong cầu, dĩ nhiên là không hôn trầm! "Hỏi" mãi sẽ có nghi, *nghi tức không hiểu*, càng không hiểu càng hỏi tiếp, dù vọng tưởng có bời bời nổi lên cũng mặc nó, không cần đè nén hay cắt đứt nó. Cứ chú tâm vào Công Án mà "Hỏi" tới mãi. "Hỏi" không ngừng, để không bị gián đoạn câu hỏi ấy, là chúng ta sẽ có công phu miên mật. Công phu này tự quét sạch mọi vọng tưởng, *tự khởi nghi tình, chứ đừng cố tạo nghi tình.* Khi nghi tình thành khối, tức đã đến được giai đoạn đầu sào trăm thước! thì cũng vẫn cứ tiếp tục mà tham và tham mãi... có nghĩa là *từ đầu sào trăm thước phải tiến thêm một bước nữa* thì tự động bộ óc sẽ tạm ngưng hoạt động, nhất niệm vô minh ngừng, cũng là lúc đã lìa được ý thức! Khối nghi này tự động sẽ phá vỡ Vô Thủy Vô Minh (tức là **cái KHÔNG**), còn gọi là **căn bản vô minh**, cũng là cội nguồn sinh tử.

* Khi tham thiền trong tình trạng giải đãi, mơ hồ, là sự chú tâm tham thiền đã mất! ***Cái đang âm thầm, lặng lẽ nhận ra*** ngay sự mất chú ý này, vì ***cái đang âm thầm, lặng lẽ nhận ra*** ấy, lúc nào cũng hiện hữu, cho nên khi tham rõ từng chữ, hay tham mơ hồ, hay tham một cách giải đãi, nó *đều nhận ra cả!*

* Còn về "Niệm Phật" mà được tuyệt đối miên mật thì cũng sẽ tiến tới kết quả y như "Tham Thiền"! Tuy nhiên "Niệm Phật" thì không có **"Nghi"** vì đã có đối tượng là Phật Di Đà tiếp dẫn rồi! Niệm Phật, tức có Phật để niệm là hướng ngoại. Còn nếu muốn **hướng nội** để tìm xem *cái người đang Niệm Phật là **ai**?* thì chỉ việc tham hỏi câu:

"Niệm Phật Là Ai?"

Tham hỏi sao cho thật miên mật như đã nói ở trên, thì kết quả cũng sẽ như nhau, không có gì khác cả!

*

Phương Cách Giải Thoát

Tâm tư ngàn pháp môn, khai ngộ chúng sinh
Phương tiện Phật dạy, sao thoát khỏi điêu linh
Vì nghiệp chướng, căn cơ, cao, thấp chẳng đồng đều
Nên thiên biến, vạn hóa, tùy duyên khéo độ quần sinh

Chọn đúng lối về, nhanh, dễ vẫn hơn
Mau, chậm về nguồn tùy ở pháp môn
Đừng tu nhiều đời, loanh quanh luẩn quẩn
Đừng tốn thời gian trở lại cô thôn!

Dù pháp môn nao, dù giáo môn nào
Mục đích giác ngộ, giải thoát lao đao
Chuyển hóa thức tâm, toàn Tri Kiến Phật
Sáng soi mặt trời! Tĩnh lặng làm sao!

Tứ Thánh Đế, Thập Nhị Nhân Duyên
Cả, Ba Bảy Phẩm Trợ Đạo, đòi hỏi thật chân chuyên
Thiền: Chỉ, Quán, Giáo Môn, cùng hơi rắc rối
Quán, Chỉ, thái quá, nên chưa tròn viên

Tu theo: Tứ Thánh Đế
Tu Thiền: "Chỉ" (Chứng Thanh Văn Thừa)
Muốn xả Thọ, tưởng nên nhiếp Lục Căn
Dứt tư tưởng. Diệt cảm giác khó khăn
Chỉ Tịnh, vô động là chưa thấy Tánh
Tuy lặng bề mặt, sâu dưới còn nguyên

Tu theo: Thập Nhị Nhân Duyên
Tu Thiền: "Quán" (Chứng Duyên Giác Thừa)
Thiền Quán, đoạn diệt Nhất Niệm Vô Minh
Quán đi, Quán lại, cũng khó viên minh
Chỉ động, không tịnh, cũng chưa thấy Tánh
Chân Như, niệm gì mà diệt, mà sinh?

Tu theo: Sáu Ba La Mật
Tu Thiền: Chỉ, Quán đồng tu (Chứng Bồ Tát Thừa)

Tâm vật hiệp nhất, bi, lực hy sinh
Lục Độ, Thiền Quán, phá Vô Thủy Vô Minh
Khi Quán, khi Chỉ sâu vào:
Một Thức, một Trần, một Căn hay Đại
Thất Thức chuyển thẳng, thẳng vào Bát Thức
Ấy vậy còn chưa tự định, tự minh

Thanh Văn, Duyên Giác phạm vi tương đối
"Ngã, Pháp" còn chấp, luẩn quẩn, lôi thôi
Động, Tịnh không đồng, sao hợp Diệu Tính!
Bồ Tát còn chưa viên trọn chưa rồi

Tổ Sư Thiền
Tham Thoại Đầu – Công Án (Vô Tu, Vô Chưng)

Không vật, không tâm, dứt sạch nghiệp sâu
Thiền tham Công Án, hay tham Thoại Đầu
"Phật Thừa," Chân Như là đây tuyệt đối
Viên mãn thật tướng, vô chứng, vô cầu

Chẳng pháp môn nào, mà không nhiệm mầu!
Khó, dễ, nhanh, chậm, thời gian bao lâu
Siêng năng, chân tu một đời là đủ
Công Án, Thoại Đầu, miên mật về mau

Hãy Chấp Nhận Sự Thật

Hãy Chấp Nhận Sự Thật
Mọi sự đã an bài
Chẳng có gì đúng sai
Vì nhân gieo, quả hái

Hãy Chấp Nhận Sự Thật
Dù phũ phàng tới đâu
Trong cuộc đời biển dâu
Sao tránh khỏi u sầu!

Hãy Chấp Nhận Sự Thật
Chẳng phải vì dại, khôn
Với mọi sự mất còn
Nguyên nhân do Nghiệp Quả

Hãy Chấp Nhận Sự Thật
Mọi hoạn nạn hãi hùng
Mọi sang, hèn, kiết, hung
Mọi sinh ly, tử biệt

Hãy Chấp Nhận Sự Thật
Dù bệnh ít, bệnh nhiều
Chấp nhận cho nghiệp tiêu
Là khôn ngoan tuyệt diệu

Hãy Chấp Nhận Sự Thật
Trong tình nghĩa vợ chồng
Có đó rồi lại không
Vì Nhân Duyên đã hết!

Cố níu kéo bằng thừa
Oán ân, cân đã vừa
Là đã xong duyên nợ
Tiếc gì cơn nắng mưa!

Hãy Chấp Nhận Sự Thật
Đừng thêu dệt mộng mơ
Đừng vọng tưởng mê mờ
Đừng sống trong ảo giác

Hãy Chấp Nhận Sự Thật
Đẹp xấu nhìn vào gương
Thiện, ác Tâm tỏ tường
Tự mình đà thấy, biết

Hãy Chấp Nhận Sự Thật
Đừng vờ vĩnh người khinh
Đổ thừa là Vô Minh
Tội lỗi do chính mình

Hãy Chấp Nhận Sự Thật
Dù bướng bỉnh tới đâu
Dù Ngã cao ngập đầu
Sự thật không thể chối!

Hãy Chấp Nhận Sự Thật
Bỏ Ngã Chấp, thói hư
Là thoát khỏi ngục tù
Của Sinh, Già, Bệnh, Chết

Kiến Tính

Những vị Kiến Tính đã Hoàn Mỹ và Vạn Đức Viên Thành chưa?

Xin thưa: Hầu hết là chưa! trừ Đức Phật và những vị Giác Ngộ thật thâm sâu, còn chúng ta thì đều ở trong cảnh huống: "Kiến Tính mới khởi tu", cho nên đường tu hành còn xa vời vợi…

Khi hiểu như thế thì chúng ta đừng vội đánh giá những vị đã Kiến Tính theo ý nghĩ của mình mà cho rằng: "Họ phải là những người thật trí tuệ và vẹn toàn đức hạnh." Đôi khi ngược lại là khác, vì người mới Kiến Tính còn rất nông cạn về Phật Pháp, và mọi Tập Khí vẫn còn y nguyên! bởi vậy có nhiều vị chấp chước là mình đã Giác Ngộ rồi, nên coi thường, coi rẻ người đời chưa Giác Ngộ.

Thế đó, đã Kiến Tính mà sự ngạo mạn, khinh người lại càng ngày càng tăng và mọi tập khí, thói hư, tật xấu: Ác độc, thủ đoạn, ăn gian, nói dối, trộm cắp, hơn thua, ganh ghét và dâm dục cũng không hề giảm! để trở thành con người thật lạnh lùng, cứng ngắc, không còn chút tươi mát nào cả, khiến mọi người không ai dám tới gần!

Chung qui chỉ vì được một chút đã tự cho là quá đủ, mà không hiểu rằng: "Kiến Tính chỉ như đầu của mũi kim khâu đã chọc qua được màn vô minh" mà so với toàn thân từ đầu đến chân vẫn còn là cái Vọng Tâm Thức vô minh, thì hỏi có ăn thua gì? Mặc dầu Kiến Tính được xếp vào quả vị tương ứng với "Bồ Tát Thập Địa", nhưng là Bồ Tát chưa trọn vẹn! vì tập khí vẫn y nguyên nên người mới Kiến Tính, chỉ được so sánh như quả còn xanh, thì dĩ nhiên phải chát và đắng chưa ăn được.

Do đó mới có Công Án nói về: "Một vị Tu Sĩ tu hành rất cao, nhưng chưa rốt ráo… nên đã lỡ trả lời sai về Luật Nhân Quả, vì vậy mà bị đọa làm con Chồn tới 500 kiếp".

Bởi thế khi người Kiến Tính còn nông cạn, thì sự si mê, vô minh cũng còn nhiều! nên có những người đã không chịu buông bỏ mọi tập khí, mà ngược lại còn tạo thêm nữa để đi vào đường tà ma, quỉ quái! chỉ vì họ đã điên đảo lợi dụng cái trí tuệ vừa mới lóe lên ấy, tức chút trí tuệ của sự mới Kiến Tính, dĩ nhiên vượt bậc thông minh của người đời! nên mọi sự hơn thua và thủ lợi rất dễ dàng; nhưng nhân quả nghiệp báo lại cũng rất bén nhậy, đang chờ vị ấy.

Cho nên: "Kiến Tính" là con dao hai lưỡi! nếu là người sâu sắc và chân chính thì sẽ dùng trí tuệ ấy để tinh tấn, mà buông bỏ tận cùng mọi thói hư, tật xấu… là đã thực hành đúng y chỉ của thời kỳ Bảo Nhậm, tức (thời gian buông xả tập khí sau khi Kiến Tính).

Và cũng với cái trí tuệ vừa lóe lên bởi sự Kiến Tính ấy, vị Hành Giả này còn biết cách tu tập tuyệt vời hơn, là không bao giờ xa rời công phu! nên rất dễ kiểm soát và thanh lọc thân tâm mình đến độ vi tế nhất… để còn duy một Đơn Tâm tức "Chân Như Niệm"; do vậy mà mọi động tác: đi, đứng, nằm, ngồi, ngủ nghỉ, nói năng, làm việc, và ngay cả cách sống, cách cư xử với muôn loài, muôn vật đều gần như vẹn toàn. Lúc ấy, Hành Giả mới bước được chân vào ngôi nhà Như Lai, để tiếp tục thanh lọc nốt đi những cặn bã tập khí, dù là cặn bã đã thật trong trẻo, ví tựa như tơ trời! để rồi "Tòa Sen Bát Nhã" rạng ngời muôn phương hiện rõ… Nó luôn sẵn sàng và vẫn đấy chờ đợi, để mời người "Vạn Đức Viên Thành" an vị mà phục vụ chúng sinh.

Tóm lại, những vị tu hành đến Kiến Tính, là đã trải qua hằng hà sa số kiếp mới có được cái giây phút Giác Ngộ đó.

Nhưng nếu không chịu tiếp tục nỗ lực buông xả, tức thanh lọc muôn vạn thói hư tập khí ấy đi, để phù hợp với Chân Tâm Phật Tính vốn Vạn Đức Như Thị của mình, thì chưa phải là Giác Ngộ viên mãn!

Chúng ta không thể chỉ tu "**Trí**", tức chỉ chú trọng về Trí Tuệ, mà quên tu "**Đức Hạnh**". Hoặc chỉ tu "**Đức**", tức chỉ chú trọng về tu Phúc Đức mà quên tu "**Trí**", thì cứ là: "nấu cát mà muốn thành cơm!".

Thế cho nên: Ai thành tựu "Công Đức" là người đó đã viên mãn cả Trí Tuệ lẫn Đức Hạnh. Vì vậy mà trong Kinh Điển luôn dậy dỗ và nhắc nhở chúng ta về:

Phúc Trí đồng tu
Vạn Hạnh viên thành
Vạn Đức viên thành
Tức: Giác Ngộ viên mãn

*

Ánh Thái Dương

Ồ!
Ánh mặt trời
vẫn sáng soi

Nắng tắm
muôn loài
không mòn mỏi

Không kể
công mình
không giận dỗi

Tuyệt đối
trung thành
tĩnh lặng thôi!

Mừng Phật Đản Sinh

Ngày lễ Mừng Phật Đản Sinh là ngày vô cùng trọng đại, nhộn nhịp, vui tươi, trang trọng, trong sự thành kính, tôn nghiêm. Hàng năm cứ đúng vào ngày rằm tháng tư là chúng ta mười phương về quy tụ nhau đây làm Đại Lễ Mừng Phật Đản Sinh để: nhớ ơn, để kỷ niệm và để noi gương đấng cha lành Thích Ca Mâu Ni. Ngài đã ra đời với hình dạng y hệt chúng ta, Ngài đã sống, đời sống của con người như chúng ta, cũng ăn cơm, mặc áo, đi đứng, nói năng, học hành, cũng lập gia đình, có vợ, có con… sau đó Ngài mới đi tu và sự tu hành cũng vô cùng gian khổ, rồi mới đắc đạo và sau khi đắc đạo; Ngài lại vẫn còn phải hy sinh với bao vất vả, cực nhọc trên con đường hoằng hóa là dạy dỗ, khai ngộ chúng sinh.

Thế đó, một cuộc đời, một cuộc sống vừa linh động tuyệt vời như mọi người trần thế, lại vừa siêu việt trần thế; mà đây không phải là một giấc mộng! mặc dầu đời này là huyễn hóa, nhưng trong cái huyễn hóa đó, nó lại là cái vi diệu nhiệm mầu, chân thật hiện hữu. Đây cũng không phải là một câu truyện thần thoại, mà là sự thật trăm phần trăm ngay nơi chúng ta đang hiện sống.

Vâng, Đức Phật hay còn gọi một cách khác là "Phật Tính":

Là Kho Tạng Kinh sâu rộng vô biên.
Là Trí Tuệ việt siêu.
Là tình thương yêu chân thật, tuyệt đối.
Là lòng từ bi, bình đẳng bao trùm toàn vũ trụ, vạn vật.
Là gương thanh tịnh sáng ngời.

Ngài đã làm đất chuyển trời rung, làm muôn loài chúng sinh chúng ta phải ngỡ ngàng, sửng sốt, vô cùng xúc động, vô cùng hạnh phúc, nhớ ơn và biết ơn…

Thật là cảm động và sung sướng làm sao, khi chúng ta đang bơi lội trong biển đầy vô minh, đang bàng hoàng, hãi hùng trong sinh tử! thì mỗi chúng ta đều được một chiếc phao, một món quà vô giá là kinh sách… đường lối khai ngộ của đấng cha lành, để bơi ngược dòng bão tố của cuộc đời mà trở về ngôi nhà "Tự Tính" vốn sẵn có của mình. Chính là ngôi nhà trống rỗng "Tính *Không*". Tính Không ấy toàn là sự vi diệu nhiệm mầu, nó chưa hề rời vũ trụ vạn vật bao giờ, do vậy mà Đức Phật dạy:

Phật Pháp không rời Thế Gian Pháp

Trong Bát Nhã Tâm Kinh cũng y chỉ như vậy:

Sắc tức thị Không, Không tức thị Sắc
tức là: **Sắc chính là Không, Không cũng chính là Sắc**

Cho nên trong quốc độ của những ai đã giác ngộ thì:

Nơi đây, ngay thế giới hiện hữu này không còn khổ đau, không còn Sinh Tử, mà chỉ toàn là sự Thường Lạc Nhiệm Mầu.

Tại sao vậy?

Vì đã là ngôi nhà *"Tính Không"* thì nó cùng khắp không gian, thời gian!

- Khi đã cùng khắp không gian, thì không có khứ/lai (đi/lại), nên không còn luân hồi.
- Khi đã cùng khắp thời gian, thì không còn sự gián đoạn bởi sinh diệt nữa, nên hết sinh tử.

Cũng vì nó trống rỗng như thế, nên không còn chỗ nào trói buộc, nên được giải thoát! khi đã giải thoát là đã về nhà; Nói một cách khác là đã giác ngộ, tức nhận ra Bản Lai Diện

Mục của chính mình. Vậy thì giác ngộ có khác gì với "Phật Đản Sinh" đâu?

Chúng ta mừng *"Đản Sinh Đức Phật"* ngày hôm nay, rồi một ngày nào đó, nương theo Giáo Pháp của Đức Phật và noi gương Ngài mà tu hành cho đến giác ngộ. Tức giây phút trực nhận ra mình là ai? thì đó, cái giây phút ấy, là giây phút Mừng Đản Sinh của Đức Phật, mà cũng chính là giây phút Mừng Đản Sinh của chúng ta.

Lúc ấy thì:

Cha Con đã đoàn tụ
Sóng đã nhập nước
Ân đã trả, nghĩa đã đền

Cũng là đã trọn bề chữ Hiếu, và đấy mới chính là Lễ Mừng Phật Đản Sinh đúng nghĩa.

*

Mừng Phật Đản Sinh

Nhẹ nhàng én lượn với mây bay
Thoang thoảng trầm hương, vi diệu thay!
Muôn loài hớn hở, phô nguồn sống
Chào đón Đản Sinh, Đức Phật đây

Chim hót ca, suối đàn hòa tấu
Thác reo vui, hoa nở ngập trời...
Tràn mầu sắc, tung tăng cá lội
Mừng Đản Sinh, Thế Tôn người ơi!

Hào quang chói, mười phương ba cõi
Tối tăm nào chẳng được chiếu soi
Trường mộng mơ, giật mình tỉnh giấc
Chúng sinh thôi ngụp lặn chơi vơi

Toàn vũ trụ nhiệm mầu, vi diệu
Muôn loài chung sức sống đáng yêu
Chưa từng đi, làm sao có đến?
Năng lực này siêu việt, việt siêu?

Đản sinh, ngày ghi ân, kỷ niệm
Đấng đại bi, trí tuệ vô biên
Hướng dạy em: "Vượt mê, về giác"
Giác xong thôi, ơn Phật em đền

Thật nghĩa thâm sâu Phật Đản Sinh
Là nhận ra mình, hết điều linh
Vượt vòng ràng buộc, siêu ba cõi
Là Phật ngay đây, Phật Đản Sinh

Mừng Phật ra đời, Phật Thích Ca
Phật vẫn nơi đây với chúng ta
Không trước, không sau, năm với tháng
Không bao thế kỷ, vẫn đây mà

Phật thật là đây, Phật Thích Ca
Không chi là gần, cũng không xa
Ân Phật thâm sâu hàng ngày trả
Phật, tiếng cười vui khắp mọi nhà...

Lễ Mộc Dục
(Lễ Tắm Phật)

"Tắm Phật" đây không có nghĩa thật là "Tắm Phật". Vì Phật đây là Phật Tính, mà đã là Phật Tính thì tự nó thanh tịnh, trong sạch tuyệt đối rồi; chúng ta là những kẻ phàm phu đầy ô nhiễm, làm sao lại có thể Tắm cho Phật được?

Nhưng để noi gương Đức Phật, Ngài đã tu hành vô cùng gian lao, khổ cực, Ngài cũng đã từng hướng ngoại tìm cầu, tầm sư học Đạo mãi mà không đạt được kết quả gì! cho đến một ngày, Ngài tự phải tọa thiền để hướng vào nội tâm chính mình mới Giác Ngộ! tức là nhận ra Phật Tính sẵn có nơi Ngài, và Phật Tính ấy cũng sẵn có ở muôn loài chúng sinh!

Như vậy là chúng ta cũng có Phật Tính! chỉ vì vô minh tham, sân, si che lấp mà thôi! nhưng nếu chịu tu hành, không cầu Phật bên ngoài, mà tự hướng vào nội tâm, là theo gót chân và theo đúng y chỉ, "Phương Pháp Tu" của Đức Phật. Thì một ngày nào đó "Mây Sẽ Tan, Trăng Sẽ Hiện". Nhờ vào phương tiện mà chúng ta có công phu. Nếu giữ được công phu không gián đoạn, thì chính công phu ấy sẽ tự quét đi cái màn vô minh sinh tử luân hồi để *Phật tự hiện toàn Thân Tâm chúng ta.* Thì đó là một cách tu đứng đắn nhất, đúng nghĩa nhất!

Để phù hợp với Chân Tâm Phật Tính ấy, thì dĩ nhiên chúng ta nên buông bỏ tận cùng mọi tập khí là những thói hư tật xấu như: ích kỷ, ghét ghen, tranh giành, ngạo mạn, ác độc... Có như thế mới thật đúng nghĩa "Tắm Phật"! tức là chúng ta đang tự thanh tịnh thân tâm mình. Còn về Lễ Mộc Dục đây, chỉ là một Lễ noi gương, tán dương và tri ân Đức Từ Phụ Thích Ca Mâu Ni mà thôi!

Tắm Phật

Tôi tắm ai đây? Hay tôi tắm tôi?
Phật tuyệt thanh tịnh! Tôi toàn tội thôi
Ôi! tham sân si, mạn nghi đầy đủ
Vậy tôi tắm ai đây? Tôi tắm tôi!

Tôi tắm Phật, hay là tôi tắm tôi?
Phật thường tịch quang, tội tôi ngập trời!
Gạn sao tập khí tận, vô minh hết
Bật tiếng ai cười. Ồ! Phật hay tôi

Chân Lý

Hai chữ "Chân Lý" nghĩa thật mông lung, bàng bạc, khó bàn, khó nghĩ, khó tường tận… bởi:

Nó không phải là những tranh luận với mọi gán ghép
Nó không phải là những lý sự gàn dở, bướng bỉnh v.v…

Đối với nó:

Mọi tác ý về danh từ, lời nói đều là "Suông" cả!
*Nhưng nếu chúng ta lại hiểu lầm về chữ "Suông" để bị lọt vào **Vô Ký Không** là cái Không của đoạn diệt thì rất là phiền.*

Vậy thì phải làm sao? Nói cũng không được mà im lìm cũng không xong! Chỉ vì nó là:

Tính Không
Pháp Giới Tính
Phật Tính
Tính (thấy, nghe, hay biết)
Bát Nhã Tính
Chân Như Tính …

Nên nó tự động siêu việt sự hiểu biết, sự thấy nghe, sự ngủ nghỉ, sự ăn làm, nói năng… nghĩa là nó tuyệt đối "Chân, Thiện, Mỹ"; tuyệt đối Từ Bi, Trí Tuệ và Bình Đẳng.

Chân Lý là thế đó, rất giản dị và không thay đổi bao giờ...
*Hỏi rằng ai có thể thay đổi được **"Tính Không"?***

Đã là Tính Không, đã là Chân Không thì tự nó vượt ra ngoài nhị biên:

Có/không, cao/thấp, đúng/sai, thật/giả, biết/không biết…

Nhưng vi diệu làm sao! Tính này lại luôn hiện hữu, bất biến, thường hằng và ở ngay chúng ta cùng toàn thể vũ trụ, vạn vật! Do vậy mà nó được gọi là:

"***Chân Không Diệu Hữu***"

Căn cứ vào **Bát Nhã Tính "chân, thiện, mỹ"** như thế, nên chúng ta dễ nhận diện, dễ kiểm soát chính mình và mọi đối tượng với mình để xem:

Ai là Phàm Phu?
Ai là Thiện Nhân?
Ai là Thánh Nhân?
Ai là Bồ Tát?
Ai là Phật?

Nếu là phàm phu thì chẳng có gì để nói, nhưng ngay cả những vị có tu hành mà chưa được rốt ráo thì cũng vẫn còn sống trong vọng tưởng là: Cái Tâm Thức Nhị Biên! vì vậy sự thấy nghe, hiểu biết rất giới hạn, nên cũng còn nông cạn.

Đúng thế, bởi vì chúng ta là cái Tâm Vọng Tưởng, với cái Vọng Giác nên:

Khi biết: thì hầu hết chỉ là cái biết đoán mò!

Còn khi không biết: thì chính là cái Không của đoạn diệt, tức là cái "*Vô Ký Không!*".

Đó là lý do tại sao chúng ta hay suy nghĩ viển vông, nói năng mê sảng, hành động không chính xác! chỉ vì chúng ta chính là cái ***Tán Loạn Tác Ý*** của Tâm Thức Nhị Biên ấy cho nên:

Chúng ta hay lý sự cùn, rất gàn dở, đã bướng bỉnh lại còn ngoan cố!

Tất cả đều do sự lỡ lầm đổi Trí thành Thức từ vô thủy, nên cái bản ngã của chúng ta đã lỡ quá cao! Thì nay cũng khó mà chấp nhận những sự hoán chuyển, tu sửa chân thật... để trở về cái Chân Lý tuyệt đối nguyên thủy của chúng ta vốn sẵn có cũng từ vô thủy.

Nếu là người tu hành khá cao hay đã thành tựu thì ngược lại, họ ham thích được sửa đổi, rất biết ơn và vui mừng khi được ai sửa những thói hư tật xấu cho mình! Do đó mà:

- Có những vị chân tu phát nguyện đi tu để được: Tu sửa, huấn nhục, hầu tiêu nghiệp chướng của mình từ bao đời, bao kiếp! cũng là họ muốn được tu trí, tu phúc, là đường lối Trực Chỉ Chân Tâm, kiến tính giải thoát sinh tử.

- Có rất nhiều vị cư sĩ chân tu đã và đang tìm kiếm đến những Tu Viện, Thiền Viện, hoặc các Ngôi Chùa nào có những khóa tu: Một tuần, hay vài tháng; có khi vài năm để được huấn luyện cách Tu Trí, Tu Phúc và cách sửa đổi mọi tập khí cũng không ngoài mục đích tìm "**Chân Lý**".

Tóm lại: Tất cả những ai là chân tu, khao khát Chân Lý Giác Ngộ thì đều rất hâm mộ, kính trọng và biết ơn những vị không sợ bị oán ghét! đã can đảm chỉ rõ con đường giải thoát cho mình. Có nghĩa là người hâm mộ "sự thật này" đã cho phép cái người dám vạch rõ ra con đường Chân Lý ấy:

Nó tuyệt đối tịch, tĩnh, vô sở trụ
Nó tuyệt đối không một tập khí thường tình của thế gian! dù là một ý niệm thoáng qua về những tập khí đó như: Ngã mạn, nhỏ nhen, nịnh bợ, ác độc, điêu ngoa, thủ đoạn, tranh chấp, sân hận, thủ lợi, lười biếng v.v...

Để kết luận, nếu muốn thực hành tu sửa để chuyển hóa mọi lỗi lầm, và bỏ buông muôn vàn thói hư, tật xấu… hầu tiến tới Chân Lý giải thoát! thì thật tình chúng ta phải chấp nhận cho những vị đang hướng dẫn mình ấy được nói một cách thẳng thắn; tức là được nói sự thật về "**Chân Lý Như Thị**". Nghĩa là chúng ta không nên méo mó Chân Lý theo cái bản ngã điên đảo của mình! để rồi không những tạo thêm nhân quả cho chính mình, lại còn phạm tội vong ân bội nghĩa với những vị ân nhân! đã quá từ bi nên mới chỉ thẳng ra những thói hư, tật xấu… mà chúng ta đang phạm và đang cố tình che dấu để bảo vệ cho cái phiền não, sinh tử của mình.

*

Chân Lý

Trời ơi Chân Lý quá thâm sâu
Lý ấy ngay đây phải tìm đâu!
Vượt cả Sinh, Già, và Bệnh, Chết.
Là Lý Chân Như thật nhiệm mầu!

Ở trong Vũ Trụ, ở ngay đây
Ở muôn loài vật, đá, cỏ cây...
Ở cả Thân này, y như vậy
Chỉ cần nương theo một Vị Thầy

Minh Sư không bỏ Thân tìm Trí
Không nửa chừng, có Trí, không Thân
Không Thân, có Trí chính là ma
Có Thân, không Trí vẫn chung nhà!

Sắc Không là Một, Kinh Bát Nhã
Thân chẳng rời Tâm chẳng phải ma
Cảnh vốn tự "Không", cần chi hoại "Tướng"
Càng tìm càng lạc, lạc càng xa!

Dù cho đạt Đạo đừng chấp Có
"Không" trong Bát Nhã chớ Chấp Không
Dù cảnh vật nào đều hóa hiện
Ngoài Có, ngoài Không, hết luận bàn.

Tiếng Chim Hót

Chỉ một tiếng chim hót
Làm đất chuyển trời rung
Làm vũ trụ phải ngừng
Lắng nghe chim này hót

Chỉ một tiếng chim hót
Làm vũ trụ nổ tung
Làm thời gian phải ngừng
Chỉ còn nghe chim hót

Chỉ một tiếng chim hót
Vang dội khắp mười phương
Tiếng chim đầy tình thương
Chưa bao giờ ngừng hót

Chỉ một tiếng chim hót
Thức tỉnh hết người mê
Mang chúng sinh trở về
Thực tại nghe chim hót

Chỉ một tiếng chim hót
Giật mình: "ta đây rồi"
Thời gian, không gian chết
Chim chẳng hót một lời

Vầng Trăng Vẫn Đó

Người ta thường ví "**Phật Tâm**" như **Vầng Trăng Tròn**, vì **Trăng** thì lúc nào cũng tĩnh lặng, thanh tịnh, trong sáng tuyệt đối, và hữu dụng cho đời là soi sáng đồng đều cho toàn thể vũ trụ, vạn vật… mà không cần dính dáng, dựa dẫm vào bất cứ cái gì, nhưng vẫn vững vàng ở giữa hư không! nó không rời, không đổi, không rơi, lại cũng không lệch lạc một chút nào cả! Quả là một sự vi diệu nhiệm mầu và khó bàn, khó nghĩ…

Muôn loài vũ trụ vạn vật đều chung và là **"Phật Tâm"** ấy! Do đó mà cây cỏ xanh tươi, thức ăn, vật dụng đủ đầy, hoa trái xum xuê muôn mầu, muôn sắc... Một sức sống vô cùng sinh động, hài hòa và tuyệt diệu.

Nhưng tiếc thay chúng ta trong muôn đời, muôn kiếp và mọi lúc, mọi thời, lúc nào cũng sống trong vọng tưởng là luôn bận bịu suy nghĩ miên man, và lảm nhảm không bao giờ ngừng với những danh từ, lời nói thầm thì trong đầu óc! Để rồi phát ngôn mê sảng, hành động bừa bãi! Sống theo với những ý tưởng vô minh, khùng điên ấy mà vùi chôn đi cái **"Phật Tính"** sẵn có của mình bằng cái tâm thức nhị biên đầy ô nhiễm bởi những thói hư, tật xấu để suốt đời lúc nào cũng bị phiền não bởi:

Yêu với ghét
Hơn với thua
Phải với trái
Giầu với nghèo ...

để mà tranh đua, cao ngạo, ích kỷ, hận thù, ghen ghét, sân si v.v.. làm cho thân tâm mệt mỏi, bệnh hoạn, đớn đau và căng thẳng! đến nỗi không có một giây phút nào có thể lắng lòng lại mà tĩnh tâm để những áng mây mù có cơ hội tan đi cho vầng trăng trí tuệ vốn sẵn đó được hiển bầy.

Chúng ta đã tạm hiểu nguyên nhân của mọi phiền não… như vừa kể. Nay muốn vầng trăng sẵn có ấy ló rạng ra, thì chỉ có một cách là hãy chịu khó thực hành làm sao để thể hiện được cái thực dụng y như vầng trăng đó! nghĩa là sống không dính mắc, không chấp trụ, tức vượt ra ngoài cái Nhị Biên Tương Đối, thì đích thực chúng ta là Vầng Trăng ấy; cũng là "**Phật Tâm**" như đã tạm diễn tả ở ngay đầu bài này. "**Tâm Phật**" thì luôn thanh tịnh, tĩnh lặng, trong sáng tuyệt đối! Tự nó đã không một thành kiến, không vướng mắc bất cứ cái gì, mà lại luôn luôn tròn đầy bổn phận và trách nhiệm trong trí tuệ, từ bi, bình đẳng. Nghĩa là ở vào bất cứ môi trường nào, hoàn cảnh nào, đối với mọi người, mọi vật… từ việc nhỏ cho đến việc lớn đều không có chút sơ hở, mà trọn vẹn đến độ siêu Chân, Thiện, Mỹ! thì đó chính là:

Vầng Trăng Tròn của
"Thực tướng, Thực hành và Thực dụng" đúng nghĩa!

Thế đó, nếu lúc nào chúng ta cũng sống cho thật phù hợp với Chân Tâm Bản Tính ấy thì chính chúng ta cũng phải ngỡ ngàng, sửng sốt trong cái hạnh phúc, an lạc vô biên đó mà thốt lên rằng:

"Ồ! Thì ra Vầng Trăng Vẫn Đó; Ta chính là nó
mà tại sao ta lại chẳng nhận ra nhỉ?"

Thì ra:

Vầng Trăng Vẫn Đó! Nên vũ trụ vạn vật được dựng lên, vẻ như huyền bí nhưng lại hoàn toàn bật mí! Thật là siêu việt.

Vầng Trăng Vẫn Đó! Nên vũ trụ vạn vật tràn đầy sức sống huyền diệu, tuyệt vời.

Vầng Trăng Vẫn Đó! Nên cỏ cây, hoa lá muôn mầu, muôn sắc huy hoàng, rực rỡ, xinh tươi.

Vầng Trăng Vẫn Đó! Nên đầy thương yêu, trí tuệ, từ bi, bình đẳng và hy sinh.

Vầng Trăng Vẫn Đó! Nên muôn loài, muôn vật đều thể hiện sự ứng dụng sẵn có đầy đủ, không thiếu cũng không thừa.

Vầng Trăng Vẫn Đó! Nên muôn loài, muôn vật đều có sự sinh động từ thô tới tế vô cùng khéo léo, hài hòa đến độ siêu vi tế, tuyệt hảo.

Vầng Trăng Vẫn Đó! Nên trời xanh, mây trắng, gió thổi, mưa bay, suối đàn, chim hót.

Và vô cùng vi diệu nhiệm mầu, vì **Vầng Trăng Vẫn Đó!** nên chúng ta biết đi đứng, biết nằm ngồi, biết ngủ nghỉ, biết nói năng, biết ăn cơm mặc áo, biết làm việc, sáng tạo và phát minh...

Tóm lại, tất cả đều là:

"Vầng Trăng Vẫn Đó,
Vầng Trăng Vi Diệu bất biến thường hằng"

*

Vầng Trăng Vẫn Đó

Khi chưa tu không có gì để nói
Đã tu rồi phải buông hết người ơi
Phe phái, tị hiềm, xúi bẩy lôi thôi
Ác độc, ngã mạn, chiều theo bản ngã

Vì tự ngã mà đời đời trôi nổi
Trong luân hồi, trong lục đạo chơi vơi
Lỗi tại ai hay vẫn chính tại tôi
Vì tư lợi mà tôi nên nông nỗi

Quyết tu rồi, tự tôi tu, tôi đổi
Mọi sai lầm, mọi tập khí vô minh
Ghen ghét, đảo điên, mình tự hại mình
Chẳng ai khổ, chính tôi điên vì khổ!

Kìa vầng trăng ngay giữa trời lơ lửng
Thanh tịnh, sáng ngời, dính mắc gì cơ?
Sao vô tư, sao tự tại nên thơ
Chẳng chứng đắc, chẳng mong cầu trụ chấp

Ngay tôi đây cũng cùng vầng trăng sáng
Nhị biên làm mờ, tôi ngụp lặn vô minh
Níu kéo, bám víu, tôi sinh diệt, diệt sinh
Biên kiến vượt, vầng trăng tôi vẫn đó.

Công Quả Lượm Rác

Nói đến rác, thì chẳng ai lại không thấy rất rõ là rác ở khắp mọi nơi, mọi chỗ, đâu đâu cũng đều có rác cả:

Rác ở trong nhà, rác ở ngoài sân, rác ở ngoài đường, rác ở cùng khắp vũ trụ vạn vật, và rác ở ngay thân tâm chúng ta.

Thế đó, chúng ta khó có thể xa rời mọi thứ rác rưởi ấy trong cuộc sống…

Vì kể từ đồ ăn, thức uống, áo quần, nữ trang, nhà cửa, xe cộ, cây cảnh cho đến mọi vật dụng quí báu tới đâu, vi tế tới đâu, thì dù chúng ta có cố gắng trang hoàng khéo léo, cho thật mỹ thuật và đẹp tươi đến cỡ nào chăng nữa, cũng đều vẫn không phải là không có rác! kể cả không khí nữa. Vì:

Không khí cũng có rác là bụi.

Cây cảnh, hoa trái dù cho có xinh tươi, lộng lẫy tới đâu, nhưng khi héo hắt, úa tàn thì cũng thành rác.

Mọi vật dụng: quần áo, xe cộ, nhà cửa liệu có mới và lâu bền mãi được không? hay rồi cũng phải cũ nát để thành rác.

Thân thể chúng ta cũng phải đổ rác hàng ngày bởi sự tiêu hóa của các thức ăn, thức uống… rồi một mai đây thân thể ấy sẽ phải sức tàn, lực kiệt … và thành rác!

Ấy vậy mà khi thấy rác thì chẳng ai ưa thích cả, ai cũng tránh né, cũng coi thường, coi khinh! Chỉ vì sự tác ý chấp chước: nào sạch/dơ, nào cao/thấp, nào sang/hèn v.v..

Cũng vì cái không ưa thích đó mà có nhiều vị đã xả rác bừa bãi: "Bạ đâu xả đấy!".

Nhiều vị khạc nhổ tứ tung và khi ho, khi nhảy mũi, thì không biết che miệng để tránh sự ô nhiễm, không vệ sinh và bệnh tật cho mọi người xung quanh mình!

Sở dĩ có những sự phóng uế vô ý thức như thế, vì chính tâm chúng ta có đầy rẫy rác rưởi… nên không thanh tịnh.

"Trong không sạch, thì ngoài cũng không sạch là lẽ dĩ nhiên."

Tất cả mọi rác rưởi ở trong tâm chúng ta là những Biên Kiến Mâu Thuẫn Si Mê và mọi tập khí, thói quen hư hỏng, không có sự từ bi; ngược lại chỉ biết có: ích kỷ, ác độc, kiêu căng, dối trá, thủ đoạn, tư lợi, tham lam…

Muốn trừ được những thứ rác rưởi đó một cách thật rốt ráo, thì chúng ta phải noi gương chư Phật Tổ, chư Bồ Tát, để diệt trừ tận cội gốc của chúng; tức là diệt trừ đi Cái Tham, Sân, Si, Mạn, Nghi, Lười Biếng… là những chủng tử ở trong tâm của chúng ta từ vô thủy.

Có nghĩa là chúng ta nên tu tâm, dưỡng tính theo đúng Chân Lý Giác Ngộ, để giải thoát mọi phiền não, sinh tử, cũng là để khai trừ mọi rác rưởi của thân tâm và vũ trụ vạn vật, mà trở thành viên Ngọc Ma Ni sáng ngời, không một tỳ vết.

Vì khi sự tu hành nếu được thành tựu, thì tự động muôn loài, muôn vật trở thành:

Một là tất cả
Tất cả là Một

Thì hỏi nơi nào, chỗ nào, vật nào mà không Chân, Thiện, Mỹ?

Khi: "Trong ngoài đã nhất thể, Tính Tướng đã Nhất Như" thì đó là Lý Đương Nhiên, rất là tương ứng.

"Trong đã sạch, thì tự động ngoài phải sạch"

Do lẽ đó, chúng ta mới thực hành và noi gương "Đức Hạnh Từ Bi" của Chư Phật Tổ, Chư Bồ Tát mà đi lượm rác khắp mọi nơi, mọi chỗ, không phân biệt là nơi nào, chỗ nào cả…

Chúng ta thực hành và thực dụng tu sửa từng giây, từng phút: Trong/ngoài sao cho trọn vẹn để Đạo Đời Nhất Như; có như vậy mới đúng Tông Chỉ:

"Khẩu Phật, Tâm Phật"
"Miệng nói, Tâm hành"

Không còn rơi vào Nhị Biên trái với Đạo Lý!

Cũng là thể hiện được cái Tâm Trí:

"Đem thân tâm phục vụ chúng sinh
Là báo đáp hồng ân Chư Phật"

Chư Phật Tổ, chư Bồ Tát xưa kia đã thực hành như vậy, thì chúng ta ngày nay cũng "y chỉ" mà thực hành đúng như thế! không ngoài mục đích:

Đập ngã cho chính bản thân mình
Gieo thiện duyên cho những nơi,
những chỗ mà mình đã đến
Phá chấp sạch/bẩn, hèn/sang
Làm gương cho mọi gia đình
Và làm gương cho thế hệ mai sau

Tóm lại, trong Kinh dậy rằng: “Ăn mày chúng sinh, để phục vụ chúng sinh.”

Quả đúng như vậy: Từ Đức Phật cho đến mọi người trong chúng ta, hỏi có một ai mà không phải làm người ăn mày? Vì ngay trong thai mẹ, chúng ta đã ăn xin từng giọt máu, ăn mày từng hơi thở…

*

Hành Khất Không Nhà

Lạc lối về nhà, em đi lang thang
Xảy nhà thất nghiệp, đi hành cái bang
Bao kiếp không nhà, ăn mày như thế
Lệ thấm chan hòa, từng bước gian nan

Không nhà ngay, từ lúc mẹ sinh ra
Xin ăn ngay, trong thai mẹ đâu xa!
Xin từng giọt máu, từng hơi lạnh, ấm
Xin cả thân này, xin mẹ, xin cha

Xin Tứ Đại, em xin cả không khí
Xin vật chất, xin từng tí, từng li
Xin thức ăn, xin thuốc thang, vật dụng
Xin muôn loài, muôn vật, bất cứ gì...

Một Bát Nhã Trí, không xin ai được
Trí tuệ này đây, chuyển vô minh, trược
Hoán nghiệp ăn mày, đưa trở về nhà
Ồ! Nhà giàu đây, mhiệm mầu ruộng phước

Thế mà ngu, si lạc lõng bao đời
Vẫn giàu, vẫn đây, nào có xa rời!
Nhưng muốn về nhà, đường dài tăm tối
Chính Pháp soi đường, ta tránh lôi thôi

Đố ai tránh khỏi, không nhà nổi trôi!
Đố ai tránh khỏi, ăn mày muôn lối...
Đố ai tránh khỏi, triền miên sinh tử!
Nếu chẳng tu hành, cũng khó tới nơi